विक्रम वेताळ
मालिका
भाग ३

राजाची साधना

आणि

इतर कथा

वैशाली कार्लेकर

हे पुस्तक **माझं** आहे.

....

....

मेहता पब्लिशिंग हाऊस

RAJACHI SADHANA ANI ETAR KATHA by Vaishali Karlekar

राजाची साधना आणि इतर कथा / बालसाहित्य
वैशाली कार्लेकर

प्रकाशक : सुनील अनिल मेहता
मेहता पब्लिशिंग हाऊस,
१९४१, सदाशिव पेठ, माडीवाले कॉलनी, पुणे ३०.
☎ ०२०-२४४७६९२४
E-mail : author@mehtapublishinghouse.com
Website : www.mehtapublishinghouse.com

मुद्रक : स्पेक्ट्रम ऑफसेट, एरंडवणा, पुणे ०४.

प्रथमावृत्ती : एप्रिल, २०१९

मुखपृष्ठ व आतील चित्रे
घन:श्याम देशमुख

किंमत : ₹ ७०

(४ पुस्तकांचा संच)

राजाची साधना

त्या रात्री स्मशानात मिट्ट काळोख पसरला होता. कधी फिदिफिदि हसण्याचा आवाज, तर कधी किंकाळ्यांनी तो परिसर दणाणून जात होता. एखाद्या शूरवीरालाही भीतीने घाम फुटावा अशा त्या वातावरणात राजा विक्रम मात्र निधड्या छातीनं एकेक पाऊल पुढे टाकत होता. नेहमीच्याच जुनाट झाडावर उलट्या लटकणाऱ्या वेताळाला खांद्यावर टाकून तो परतीची वाट चालू लागला. चकित होऊन वेताळ म्हणाला, "राजा, त्या राजवर्धन राजासारखं पुन्हापुन्हा हे अवघड काम तू का करतो आहेस? जर काही न बोलता तू मला नेणार असलास, तरच मी येईन. नाहीतर निघून जाईन, हे तुला चांगलंच माहीत आहे."

राजाने होकारादाखल मान हलवली आणि तो चालू लागला. वेळ घालवण्यासाठी वेताळाने नवी गोष्ट सांगायला सुरुवात केली -

राजवर्धन नावाचा एक राजा होता. त्याला ऐशआरामाची खूप आवड होती. परिधान करण्यासाठी उंची वस्त्रं,

दागदागिने, जडजवाहीर, सोन्याचांदीच्या पात्रांमधून दररोज सुग्रास भोजन अशी त्याची दैनंदिनी होती. दिवसभराचे मनोरंजनाचे कार्यक्रम झाल्यावर कधीतरी थोडा वेळ तो दरबाराचं कामकाज करायचा. अर्थातच राज्यकारभाराकडे त्याचं दुर्लक्ष होत होतं. असेच दिवस चालले होते.

एक दिवस राजाच्या मनात आलं की आपण शिकारीला जावं. झालं! राजाच्या मनात आल्याबरोबर सैनिकांना हुकूम सुटले आणि जय्यत तयारीला सुरुवात झाली. राजाबरोबर जाणारा लवाजमा, घोडेस्वार, खाण्यापिण्याचं साहित्य, विश्रांतीची व्यवस्था यांची लगबग सुरू झाली. दुसऱ्या दिवशी सकाळी राजा आपला लवाजमा घेऊन शिकारीला बाहेर पडला. राजधानीपासून दूर एक घनदाट जंगल होतं. त्या जंगलात चांगली शिकार करता येईल अशी माहिती दूतांनी दिल्यामुळे राजा त्या जंगलाकडे निघाला.

दुपारपर्यंत राजा आणि त्याचे सैनिक जंगलाच्या जवळ पोहोचले. पुढचा रस्ता निबिड जंगलातून होता. रथातून वेगाने जाणं शक्य नसल्याने राजा आणि काही निवडक सैनिक घोड्यावरून पुढे निघाले. संध्याकाळ होऊ लागली. अजूनही मुक्कामाची जागा दूर होती. राजा आणि सैनिक वेगाने निघाले. तेवढ्यात राजा आणि

त्याच्या सैनिकांची चुकामूक झाली आणि राजा एकटा पडला. अनोळखी जंगलात त्याला दिशाही समजेना. लवकरच अंधार पडला. दिवसभराच्या श्रमाने राजा खूप दमला होता, भूकही लागली होती, शिवाय जंगली श्वापदांची भीती होतीच.

जंगलात खूप वेळ फिरल्यानंतर अचानक त्याला एका झोपडीत मिणमिणता दिवा दिसला आणि त्याला हायसं वाटलं. थकलाभागला राजा कसाबसा घोड्यावरून उतरून झोपडीत गेला. झोपडीमध्ये एक साधूमहाराज ध्यान करत बसले होते. राजा भुकेने इतका व्याकूळ झाला होता की साधूमहाराजांचे ध्यान संपण्याची वाट न पाहता जवळजवळ तो त्यांच्या पायावरच पडला आणि काही खायला मिळेल का ते विचारू लागला. साधूमहाराजांनी क्षणभर त्याच्याकडे डोळे उघडून पाहिलं आणि ते काहीतरी पुटपुटले. त्याबरोबर झोपडीसमोर एक सुंदर महाल उभा राहिला. आतून एक सेवक अदबीने बाहेर आला आणि त्याने राजाला महालात विश्रांतीसाठी येण्याची विनंती केली. साधूमहाराज राजाला म्हणाले, ''जा त्याच्याबरोबर, तो तुम्हाला भोजन देईल.'' राजा लगेचच सेवकाबरोबर महालात गेला. तो महाल सोनेरी प्रकाशाने उजळत होता. रत्नांचे तेज चहुकडे फाकले होते. सर्व सुखसुविधांनी सज्ज अशा या महालापुढे राजाला त्याचे सारे वैभव फिके वाटू लागले. भोजनगृहात विविध पक्वान्नांचा दरवळ पसरला होता. एका सुंदर चौरंगावर बसवून राजाला सुग्रास भोजन

वाढण्यात आलं. भुकेला राजा पोटभर जेवला. एवढं चवदार अन्न त्याने कधीच चाखलं नव्हतं. भोजनानंतर सेवकाने त्याला शयनगृहाकडे नेलं. तिथल्या चांदीच्या पलंगावर आणि मखमली गादीवर त्याला गाढ झोप लागून गेली.

सकाळ झाली. सूर्यकिरणं डोळ्यांवर आल्यावर राजाला जाग आली. त्याने डोळे उघडले तर आपण एका झाडाखाली झोपलो आहोत असं त्याच्या लक्षात आलं. तो गडबडीने उठला. क्षणभर आपण इथे कसे आलो हेच त्याला समजेना. मग त्याला आठवलं की आपण काल जंगलात रस्ता चुकलो, मग साधूमहाराजांच्या झोपडीत गेलो आणि मग तो महाल... अरेच्चा तो महाल कुठे गेला... अहाहा काय वैभव होतं तिथे. कुठे गेलं ते सगळं... की स्वप्नच होतं ते! राजा विचारात असतानाच समोरून साधूमहाराज येताना दिसले. त्याने धावतच जाऊन त्यांना विचारलं, ''साधूमहाराज कुठे गेला तो कालचा महाल? की ते सार स्वप्नच होतं.'' साधूमहाराज शांतपणे म्हणाले, ''स्वप्न नाही, मीच निर्माण केलं होतं ते!'' राजाला खूप आश्चर्य वाटलं. तो म्हणाला, ''तुम्ही कोणत्या विद्येनं निर्माण केलं हे सगळं, मलाही द्याल ती विद्या?''

साधूमहाराज म्हणाले, ''ती साधना खूप अवघड आहे. पण तू करणार असशील तर मी सांगतो. चाळीस दिवस आणि चाळीस रात्री समोरच्या नदीच्या पाण्यात मंत्र म्हणत उभं राहावं लागेल.'' ''हो महाराज, मी करेन ही साधना.'' राजा म्हणाला.

राजा लगेचच नदीच्या पाण्यात उतरला आणि त्याने साधूमहाराजानी दिलेला मंत्र म्हणायला सुरुवात केली. चाळीस दिवस आणि रात्री संपल्या. कष्टाने खंगलेला राजा पाण्याच्या बाहेर आला आणि त्याने मंत्र म्हणून आपल्या विद्येला महाल तयार करण्यास सांगितलं. पण काहीच झालं नाही.

राजा साधुमहाराजांकडे गेला. हे ऐकून ते विचारात पडले. मग ते म्हणाले, ‘‘आता तू चाळीस दिवस आणि चाळीस रात्री अग्निगोलात उभं राहून साधना कर.’’ राजाने दिवसभर फिरून अग्नीसाठी लागणारी लाकडं आणि पालापाचोळा जमा केला आणि त्याने साधनेला सुरुवात केली.

चाळीस दिवस आणि रात्री संपल्या. अग्नीचे चटके खात राजाने खूप कष्ट सोसले होते. कसाबसा बाहेर येऊन त्याने मंत्र म्हटला आणि महाल तयार होण्याची वाट पाहू लागला. पण काय आश्चर्य! महाल तरीसुद्धा तयार झाला नाही. आता मात्र राजाचा संताप झाला. तो साधूमहाराजांकडे जाऊन त्यांना अपशब्द बोलू लागला.

गोष्ट इथे थांबवून वेताळ राजा विक्रमाला म्हणाला, ‘‘राजाने साधूमहाराजांनी सांगितल्याप्रमाणे कठीण साधना केली तरी त्याला विद्या का प्राप्त झाली नाही. साधूमहाराज खोटं बोलले का राजाशी? असं का झालं असावं? तुला याचं उत्तर

माहीत असूनही जर तू सांगितलं नाहीस, तर तुझ्या डोक्याची हजार शकलं होऊन तुझ्याच पायावर पडतील, हे लक्षात ठेव.''

राजा विक्रमाने क्षणभर विचार केला आणि तो म्हणाला, ''साधूमहाराज खोटं बोलले नाहीत. राजाने साधना केली हे बरोबर असलं तरी मंत्र म्हणताना त्याच्या डोळ्यांसमोर महालाचं चित्र होतं. मंत्र म्हणताना अपेक्षित एकाग्रता, समर्पणभाव त्याच्याकडे नव्हता. तो केवळ स्वतःच्या सुखासाठी ही साधना करत होता. यामुळे ती साधना उच्चपातळीला पोहोचू शकली नाही. साधूमहाराजांकडे ही विद्या असूनही ते स्वतः साध्या झोपडीत राहून आणखी साधना करत होते. यावरूनच हे लक्षात येतं.''

राजाचं हे उत्तर ऐकून वेताळाने मान डोलावली. हसून तो म्हणाला, ''बरोबर सांगितलस राजा, पण आपलं काय ठरलं होतं? तू बोललास. तर आता मी जाणार. चाललो मी परत... हीऽऽ हीऽऽ!''

स्मशानाच्या दिशेने अंधारात झेप घेत वेताळ अदृश्य झाला. राजा विक्रमाने आपले खांदे झटकून वेताळ गेला त्या दिशेला पाहिलं आणि वेताळाला आणण्यासाठी तो पुन्हा स्मशानाच्या दिशेने चालू लागला.

गुप्तधन

त्या रात्री स्मशानात मिट्ट काळोख पसरला होता. कधी फिदिफिदि हसण्याचा आवाज, तर कधी किंकाळ्यांनी तो परिसर दणाणून जात होता. एखाद्या शूरवीरालाही भीतीने घाम फुटावा अशा त्या वातावरणात राजा विक्रम मात्र निधड्या छातीनं एकेक पाऊल पुढे टाकत होता. नेहमीच्याच जुनाट झाडावर उलट्या लटकणाऱ्या वेताळाला खांद्यावर टाकून तो परतीची वाट चालू लागला. चकित होऊन वेताळ म्हणाला, ''राजा, त्या श्रीकर राजाची गोष्ट तुला सांगतो. जर काही न बोलता तू मला नेणार असलास, तरच मी येईन. नाहीतर निघून जाईन हे तुला चांगलंच माहीत आहे.''

राजाने होकारादाखल मान हलवली आणि तो चालू लागला. वेळ घालवण्यासाठी वेताळाने नवी गोष्ट सांगायला सुरुवात केली-

एका घनदाट जंगलाच्या टोकाला कनकपुरी, सुंदरपुरी आणि स्वप्नपुरी अशी तीन राज्यं होती. कनकपुरीचा राजा श्रीकर हा अतिशय दयाळू व प्रजेची काळजी घेणारा राजा होता. प्रजेवर कोणतंही संकट येऊ नये म्हणून तो नेहमी दक्ष असे. असेच

दिवस चालले होते. एका पावसाळ्यात राज्यातील कुंडलिका नदीला मोठा पूर आला. राजाने प्रजेच्या मदतीसाठी तत्परतेने सैन्य पाठवून नागरिकांना सुरक्षित स्थळी हलवलं. मात्र पुरात नदीच्या पात्राने दिशा बदलल्यामुळे नदीपात्राच्या कडेने एक मोठा बंधारा बांधण्याची गरज निर्माण झाली.

राजाने बंधाऱ्याच्या कामाबद्दल निर्णय घेण्यासाठी मंत्र्यांची एक सभा बोलावली. या सभेत लवकरात लवकर बंधारा बांधण्याचा निर्णय घेण्यात आला आणि त्याचबरोबर बंधाऱ्याच्या खर्चाचा अंदाजही काढण्यात आला. बंधारा खूप उंच व लांब असल्याने त्यासाठी मोठा खर्च येणार होता. अर्थातच राजाचा खजिना त्यासाठी अपुरा पडणार होता. तातडीने निधी मिळवण्याची गरज निर्माण झाली. काही मंत्र्यांनी प्रजेवर जास्त कर लादण्याची सूचना केली; मात्र राजाला हा मार्ग योग्य वाटत नव्हता.

एक दिवस शेजारच्या सुंदरपुरी राज्याचा राजा शिकारीला गेला असताना त्याला सापाने दंश केल्यामुळे तो मृत्यू पावल्याची बातमी राजाला मिळाली. राजाच्या मृत्यूमुळे त्या राज्यात अनागोंदी कारभार झाल्याचंही राजाला कळलं. सुंदरपुरीवर हल्ला करायला हीच वेळ योग्य असा सल्ला राजाच्या मंत्र्यांनी त्याला दिला. तेवढ्यात स्वप्नपुरीच्या राजावर वाघाने हल्ला करून त्याला ठार मारल्याचं राजाला समजलं. आता दोन्ही राज्यं आपल्या राज्याला जोडून त्यांची लूट करण्यासाठी हीच योग्य वेळ आहे असा विचार राजालाही पटला.

त्याच वेळी राजवाड्यात एका विद्वानांचं आगमन झालं. त्यांनी राजाला सांगितले की

अगदी सोप्या मार्गाने भरपूर संपत्ती मिळवण्याचा एक मार्ग त्यांना माहीत आहे. जवळच्या दाट जंगलात एक गुहा आहे. त्यात भरपूर संपत्ती आहे. मात्र, गुहेचे संरक्षण करणारे वाघ आणि साप यांना पार करूनच संपत्ती मिळू शकते.

राजा श्रीकर शूरवीर होता. त्यामुळे त्याला साप आणि वाघाचं भय वाटलं नाही. पण तो बुद्धिमानही होता. सुंदरपुरी आणि स्वप्नपुरी यांच्या राजांचे मृत्यू साप आणि वाघ यांच्यामुळे झाले हे त्याला आठवलं. त्याने मनाशी काही विचार केला आणि आपण काही दिवसांनी गुहेत जाऊ असे सांगून त्या विद्वानांची आदरसत्कार करून पाठवणी केली.

दुसऱ्याच दिवशी राजाने आपल्या एका मंत्र्यांना सोन्याच्या मोहोरांनी भरलेली एक थैली आणि मैत्रीपूर्ण खलिता घेऊन सुंदरपुरी आणि स्वप्नपुरीला पाठवले. दोन्ही महाराण्यांना राजांच्या मृत्यूबद्दल शोकसंदेश आणि कोणतीही मदत लागली तर भावाप्रमाणे माझी मदत मागण्यात संकोच करू नका असा संदेश त्याने दिला. दोन्ही महाराण्या व युवराज यांना राजाच्या संदेशामुळे दिलासा मिळाला. त्यांनी राजाला आभारदर्शक पत्र पाठवले.

या सर्व घडामोडी राजाचा प्रधान, सेनापती आणि ज्येष्ठ मंत्र्यांना अजिबात मान्य नव्हत्या. शेजारच्या राज्यांवर हल्ला करून संपत्ती मिळवायची ही संधी राजा का घेत

नाही, याचे त्यांना नवल वाटत होते. पावसाळा जवळ येत होता, पण संरक्षक बंधारा बांधायला खजिन्यात पुरेसं धन जमा नव्हतं. पण राजा अतिशय शांत होता.

काही दिवस असेच पुढे गेले. एक दिवस राजाने आपल्या मंत्रिगणांना सांगितलं की, आज मी त्या विद्वान व्यक्तीने सांगितल्याप्रमाणे गुहेत जाऊन ती संपत्ती आपल्या राज्यासाठी मिळवण्याचा प्रयत्न करणार आहे. त्यांना आनंद झाला. ते म्हणाले, ''महाराज, आम्हीदेखील सैन्य घेऊन येतो आपल्याबरोबर.'' पण राजा म्हणाला, ''नको, एवढा लवाजमा बरोबर नेण्याची काहीच गरज नाही. फक्त सेनापती आणि पाच शूर सैनिक घ्या बरोबर. खरं तर मी एकटाच आत जाणार आहे.''

''जशी आज्ञा, महाराज,'' असं म्हणून सेनापती सैनिकांना घेऊन राजाबरोबर निघाले. वाट निबिड अरण्यातून होती. खूप अंतर कापल्यानंतर राजा त्या गुहेजवळ पोहोचला. गुहा खूप खोल आणि अंधारी होती. सेनापतीला राजाची काळजी वाटली. तरीही त्याच्या आग्रहाला न जुमानता राजा धैर्याने एकटाच आत शिरला.

आत शिरल्यावर राजाला वाघाच्या डरकाळ्या आणि गुरगुर ऐकू येऊ लागली. राजा न घाबरता पुढे गेला. एवढ्यात एक वाघ त्याच्यासमोर झेप मारून उभा राहिला. पण राजाने त्याच्यावर मारण्यासाठी तर हल्ला केला नाहीच, पण उलट त्याला हात जोडून वाट देण्याची प्रार्थना केली. हे पाहून वाघही शांत होऊन तिथून निघून गेला.

राजा थोडा पुढे जाताच एक महाभयानक सर्प राजासमोर आला. राजाने सर्पालाही हात जोडले आणि प्रार्थना केली. आश्चर्य म्हणजे तो सर्पही त्याच्या वाटेतून निघून गेला. आता राजा नि:शंक मनाने पुढे जाऊ लागला. लगेचच तो प्रकाशाने उजळलेल्या एका दालनात पोहोचला. तिथे सोन्याच्या मोहोरांचे हंडे, रत्नं, जडजवाहीर अशी अमाप संपत्ती होती. राजाने त्या धनलक्ष्मीला नमस्कार करून आपल्याबरोबर येण्यास विनवलं आणि तो बंधाऱ्याला आवश्यक तेवढ्या मोहोरांचा मोठा हंडा घेऊन परत निघाला. परतीच्या वाटेवर त्याला सर्पाने आणि वाघाने अजिबात त्रास दिला नाही.

राजा मोहोरांचा हंडा घेऊन सुखरूप परतलेला पाहून सेनापती आणि सैनिकांना खूप आनंद झाला. सर्व जण आनंदाने राजधानीत परतले. लगेचच राजाने बंधाऱ्याचे काम सुरू केले आणि प्रजेचे आशीर्वाद मिळवले.

गोष्ट इथे थांबवून वेताळ राजा विक्रमाला म्हणाला, ''राजा श्रीकरने सुंदरपुरी आणि स्वप्नपुरीच्या राज्यावर हल्ला करून संपत्ती का मिळवली नाही? शिवाय, तो एवढा शूर होता तर गुहेत जाऊन संपत्ती मिळवण्यासाठी तो सुरुवातीला का घाबरला? तुला याचं उत्तर माहीत असूनही जर तू सांगितलं नाहीस तर अर्थातच तुझ्या डोक्याची हजार शकलं होऊन तुझ्याच पायावर पडतील, हे लक्षात आहे ना.''

राजा विक्रम क्षणभर विचार करून म्हणाला, "राजा श्रीकरने सुरुवातीला शेजारच्या राज्यावर हल्ला करून संपत्ती मिळवण्याचा विचार केला होता. पण तेवढ्यात त्याला गुहेतील संपत्ती आणि तेथील वाघ, साप यांचे संरक्षण याबाबत कळलं. साधारणपणे गुप्तधनावर अशी संरक्षक शक्ती असतेच. या शक्तीला संतुष्ट करण्यासाठी शुद्ध हेतू हेच साधन असते. शेजारील राजांचे मृत्यू हे वाघ आणि साप यांच्यामुळे झाले, म्हणजेच गुप्तधनाच्या लालसेने झाले हा अंदाज त्याला आला. म्हणून त्याने शेजारील राज्यांवर हल्ल्याचा विचार सोडून दिला. त्यांच्याशी मैत्री केली. केवळ प्रजेच्या कल्याणाचा शुद्ध हेतू मनात धरला आणि न घाबरता गुहेत गेला. गुहेत अमाप संपत्ती होती. पण मोह न करता बंधाऱ्याला आवश्यक एवढीच संपत्ती तो घेऊन आला म्हणून वाघ व सर्प यांनी त्याला सुरक्षित बाहेर जाऊ दिले."

राजाचं हे उत्तर ऐकून वेताळाने मान डोलावली. हसून तो म्हणाला, "अगदी बरोबर सांगितलंस राजा, पण आपलं काय ठरलं होतं? तू बोललास. तर आता मी जाणार. चाललो मी परत... हीऽऽ हीऽऽ!"

स्मशानाच्या दिशेने अंधारात झेप घेत वेताळ अदृश्य झाला. राजा विक्रमाने आपले खांदे झटकून वेताळ गेला त्या दिशेला पाहिलं आणि वेताळाला आणण्यासाठी तो पुन्हा स्मशानाच्या दिशेने चालू लागला.

प्रजेचा सेवक

त्या रात्री स्मशानात मिट्ट काळोख पसरला होता. कधी फिदिफिदि हसण्याचा आवाज, तर कधी किंकाळ्यांनी तो परिसर दणाणून जात होता. एखाद्या शूरवीरालाही भीतीने घाम फुटावा अशा त्या वातावरणात राजा विक्रम मात्र निधड्या छातीनं एकेक पाऊल पुढे टाकत होता. थोड्याच वेळात नेहमीच्याच जुनाट झाडावर उलट्या लटकणाऱ्या वेताळाला खांद्यावर टाकून तो परतीची वाट चालू लागला. चकित होऊन वेताळ म्हणाला, ''राजा, त्या वीरभद्र राजासारखं तुझ्या कृतीचं कारण मला कळत नाही. अर्थात जर काही न बोलता तू मला नेणार असलास, तरच मी येईन. नाहीतर निघून जाईन हे तुला चांगलंच माहीत आहे.''

राजाने होकारादाखल मान हलवली आणि चालू लागला. वेळ घालवण्यासाठी वेताळाने वीरभद्र राजाची नवी गोष्ट सांगायला सुरुवात केली -

वीरभद्र नावाचा एक राजा होता. तो प्रजेची काळजी घेणारा राजा होता. प्रजेचं सुखदुःख त्याला आपलं सुखदुःख वाटत

असे. त्याचं राज्य खूप मोठं होतं. त्यामुळे कारभाराच्या सोयीसाठी त्याने राज्याचे चार भाग पाडले होते. प्रत्येक भागावर एक मुख्याधिकारी नेमला होता. या अधिकाऱ्यांकडून तो करवसुली, शेतसारा, सोयीसुविधा उभारणं अशी कामं करून घेत असे. प्रजेला भेटण्यासाठी त्याच्या राजवाड्याचे दरवाजे अष्टौप्रहर उघडे असत. जर काही तक्रार असेल तर लोक त्याला भेटून सांगत असत. तो त्यावर लगेचच आवश्यक ती उपाययोजना करत असे.

एक दिवस कमलगुप्त नावाचा एक तरुण राजाला भेटायला आला. तो सोमराज नावाच्या मुख्याधिकाऱ्याच्या विभागात राहत होता. त्याने सोमराजच्या भ्रष्टाचारी वागणुकीचा पाढा राजा समोर वाचला. करवसुलीतला जास्त भाग स्वत:कडे ठेवून तो राजाला कसा फसवतो, लोकांच्या कोणत्याही कामासाठी खंडणी मागतो, नकार दिला तर जुलूम-जबरदस्ती करतो, हे सारं त्याने राजाला सांगितलं. राजाला हे ऐकून आश्चर्य वाटलं. तो म्हणाला, "तुम्ही विरोध नाही करत का त्याला?" कमलगुप्त म्हणाला, "मी केला त्याला विरोध. पण मग मलाच त्याने खोटे आरोप लावून तुरुंगात टाकलं. सुटल्यावर लगेच तुम्हाला भेटायला आलो. यानंतरही मी त्याला विरोध सुरूच ठेवणार."

राजा म्हणाला, "ठीक आहे. मी स्वत: येऊन बघतो काय परिस्थिती आहे ती."

राजाने लगेचच सोमराजच्या विभागाला भेट द्यायचं ठरवलं.

पुढल्याच आठवड्यात राजा त्याच्या कार्यालयामध्ये पोहोचला. अचानक राजाने भेट दिलेली पाहून सोमराज थोडा गडबडला. पण त्याने राजाचं आगतस्वागत केलं आणि त्याच्या भेटीचा हेतू विचारला. राजा म्हणाला, ''मी खरं तर प्रजेला भेटायला आलोय.'' सोमराज म्हणाला, ''हो महाराज, मी तर प्रजेचा सेवक मानतो स्वत:ला. माझ्या भागातली प्रजा अतिशय सुखी आहे हे कळेलच तुम्हाला.'' राजा म्हणाला, ''ठीक आहे. लोकांना सांगा की उद्यापासून तीन दिवस मी आहे इथे. ज्यांना मला भेटायचं असेल त्यांनी जरूर यावं.''

सोमराजने राजा भेटायला आला असल्याची दवंडी पिटवली. दुसऱ्या दिवसापासून त्याला भेटायला लोकांची रीघ लागली. सर्व जण सोमराजच्या तक्रारींचा पाढा वाचू लागले. कुणी म्हणाले, की दुकानातील प्रत्येक खरेदी-विक्रीवर सोमनाथच्या अधिकाऱ्यांना पैसे द्यावे लागतात. कुणी म्हणाले, की वेशीवरून सामान आत आणायचे तर सोमनाथला पैसे द्यावे लागतात. शेतकरी म्हणाले, की राजाकडून मोफत मिळणारं बी-बियाणंही सोमनाथ विकत घ्यायला लावतो. या सर्व तक्रारी ऐकून राजाने त्यांना विचारलं, ''तुम्ही त्याला विरोध का करत नाही? तुम्ही त्याला पैसे, लाच दिलीच नाहीत तर तो काय करेल?'' ''महाराज, मग तो आम्हाला तुरुंगात टाकेल, मारहाण करेल. त्यापेक्षा तुम्हीच त्याला शिक्षा करा. आमच्यासाठी दुसरा

मुख्याधिकारी नेमा.'' कोणीच उघडपणे सोमनाथला विरोध करायला तयार नव्हतं.

सर्व लोकांना भेटून झाल्यानंतर चौथ्या दिवशी राजाने सोमनाथला भेटायला बोलावलं. राजाने सोमनाथला लोकांच्या तक्रारीबद्दल सांगितलं आणि कडक शब्दांत समज दिली. मात्र अधिकारपद त्याच्याकडेच ठेवून त्याला सुधारणेसाठी एक वर्ष अजून संधी दिली. लोकांना या निर्णयाचं खूप आश्चर्य आणि वाईटही वाटलं.

पद आपल्याकडेच राहिल्याने सोमनाथ अधिकच उन्मत्तपणे वागू लागला. त्याच्या जुलमाला ताळतंत्र राहिला नाही. सर्वत्र दहशतीचं वातावरण निर्माण झालं. लोक आपापसांत बोलू लागले की राजाने तर सोमनाथला शिक्षा दिली नाही, उलट एक वर्ष अजून मुदत दिली त्याला आपल्याला लुटायला. आता आपणच काहीतरी मार्ग शोधला पाहिजे. गावोगावी हीच चर्चा सुरू झाली. लोकांच्या बैठका होऊ लागल्या. एकजुटीने सोमनाथच्या दडपशाहीला विरोध करायचं ठरलं. शेतकऱ्यांनी सोमनाथकडून बियाणं घेण्याऐवजी बाजारातून विकत घेतलं. ठरलेल्या शेतसाऱ्याप्रमाणेच पैसे दिले. जास्तीचे पैसे मागणाऱ्या अधिकाऱ्यांना नकार दिला. त्यांनी दमदाटी सुरू केल्यावर आजूबाजूचे लोक मदतीला आले आणि त्यांनी अधिकाऱ्यांना पळवून लावलं. दुकानदारांनी लुटायला आलेल्या अधिकाऱ्यांना विरोध केला. त्यांना जास्तीचा कर, लाच दिली नाही. काही लोकांना सोमनाथने तुरुंगात

टाकलं. पण त्यामुळे होणारा विरोध थांबला नाही; उलट वाढतच गेला. लोकांची एकजूट बघून अधिकारी लोकांकडे वसुलीला जायला घाबरायला लागले. सोमनाथची कोंडी झाली. त्यालाही बाहेर पडणं अवघड झालं.

राजाला सोमनाथच्या विभागातल्या बातम्या कळत होत्या. अखेर सहा महिने सोमनाथकडून कोणताही कर राजाच्या खजिन्यात जमा झाला नाही, तेव्हा राजाने सोमनाथला दरबारात बोलावून घेतलं आणि कठोरपणे त्याची उलटतपासणी घेतली. लोक कर देत नाहीत असं त्याने सांगितल्यावर त्या लोकांना दरबारात बोलावून घेतलं. त्या लोकांनी सोमनाथविरुद्ध तक्रारीचा पाढा राजासमोर वाचला. पुरावे दिले. राजाने सोमनाथविरुद्ध खटला चालवून त्याला मोठी शिक्षा फर्मावली. त्रासलेल्या जनतेमध्ये आनंद पसरला. सोमनाथच्या जागी सर्वानुमते कमलगुप्तची नेमणूक केली.

गोष्ट इथे थांबवून वेताळ राजा विक्रमाला म्हणाला, ''विक्रमा, राजा वीरभद्राने सोमनाथची अन्यायी वागणूक पाहिली होती. कमलगुप्ताच्या तक्रारीनंतर किंवा लोकांशी प्रत्यक्ष बोलल्यानंतर त्याने लगेच सोमनाथला पदच्युत करून नवीन अधिकारी नेमायला हवा होता. उलट त्याने त्याला एक वर्षाची मुदत दिली. मग नंतर उशिरा त्याच्यावर खटला भरून त्याला शिक्षा दिली. वीरभद्र असं का वागला? ते बरोबर की चूक हे तुला माहीत आहेच आणि तुला याचं उत्तर माहीत असूनही जर तू सांगितलं नाहीस तर अर्थातच तुझ्या डोक्याची हजार शकलं होऊन तुझ्याच पायावर

पडतील, हे लक्षात आहे ना.''

राजा विक्रमाने क्षणभर विचार केला आणि तो म्हणाला, ''हो, मला याचं उत्तर माहीत आहे. राजा वीरभद्रने जे केलं ते अतिशय योग्य होतं. त्याला जेव्हा सोमनाथच्या अन्यायी वागणुकीबाबत पहिल्यांदा कळलं, तेव्हा त्याने लोकांशी बोलून त्याची खातरजमा करून घेतली. त्याला सोमनाथ दोषी आहे हे कळून चुकलं होतं. पण टाळी एका हाताने वाजत नाही. लोकांनी सोमनाथला विरोध केला नाही. स्वतःला त्रास नको म्हणून लोक सोमनाथच्या अधिकाऱ्यांना पैसे देऊन मोकळे होत. यामुळेच सोमनाथचं फावलं. अन्याय करणाऱ्याबरोबरच मुकाट्याने अन्याय सहन करणाराही दोषी असतो. आणि अशा कारणानेच अन्याय करणारे उन्मत्त होतात. म्हणून प्रजेमध्ये प्रतिकाराची भावना निर्माण व्हावी यासाठी राजाने सुरुवातीला कठोर पावलं उचलली नाही. जेव्हा प्रजा जागृत झाली तेव्हा त्याने सोमनाथला शासन केलं आणि कमलगुप्त या प्रतिकार करणाऱ्या पहिल्या तरुणाला अधिकारपदी बसवले.

राजाचं हे उत्तर ऐकून वेताळाने मान डोलावली. हसून तो म्हणाला, ''अगदी बरोबर सांगितलस राजा, पण आपलं काय ठरलं होतं? तू बोललास. तर आता मी जाणार. चाललो मी परत... हीऽऽ हीऽऽ!''

स्मशानाच्या दिशेने अंधारात झेप घेत वेताळ अदृश्य झाला. राजा विक्रमाने आपले खांदे झटकून वेताळ गेला त्या दिशेला पाहिलं आणि वेताळाला आणण्यासाठी तो पुन्हा स्मशानाच्या दिशेने चालू लागला.

तीन अंगठ्या

त्या रात्री स्मशानात मिट्ट काळोख पसरला होता. कधी फिदिफिदि हसण्याचा आवाज, तर कधी किंकाळ्यांनी तो परिसर दणाणून जात होता. एखाद्या शूरवीरालाही भीतीने घाम फुटावा अशा त्या वातावरणात राजा विक्रम मात्र निधड्या छातीनं एकेक पाऊल पुढे टाकत होता. थोड्याच वेळात नेहमीच्याच जुनाट झाडावर उलट्या लटकणाऱ्या वेताळाला खांद्यावर टाकून तो परतीची वाट चालू लागला. चकित होऊन वेताळ म्हणाला, "राजा, त्या राजकुमारी सुवर्णासारखं तुझ्या कृतीचं कारण मला कळत नाही. अर्थात जर काही न बोलता तू मला नेणार असलास, तरच मी येईन. नाहीतर निघून जाईन हे तुला चांगलंच माहीत आहे."

राजाने होकारादाखल मान हलवली आणि चालू लागला. वेळ जावा म्हणून वेताळाने तीन अंगठ्यांची नवी गोष्ट सांगायला सुरुवात केली -

उदयपूर नावाच्या राज्यातील एका गावात तीन मित्र राहत होते- अमित,

सुमित आणि सुबोध. एक दिवस गुरुगृही शिक्षण पूर्ण करून ते आपल्या गावी जायला निघाले. जंगलातला रस्ता होता. तिघे जण गप्पा मारत आपल्या भविष्यातील योजना एकमेकांना सांगत होते. एवढ्यात अचानक त्यांना कुणाच्या तरी कण्हण्याचा आवाज ऐकू आला. ते आवाजाच्या दिशेने गेले तर एक अतिशय वृद्ध ऋषी एका झाडाखाली निजलेले दिसले. तिघेही त्यांच्या जवळ गेले आणि त्यांनी त्यांना पाणी पाजले. ऋषी त्यांना बघून प्रसन्न झाले. ते म्हणाले की माझा मृत्यू जवळ आला आहे. पण त्यापूर्वी मला तुम्हाला एक भेट द्यायची आहे. माझ्याकडे तीन मौल्यवान अंगठ्या आहेत. त्यांच्यापैकी एकीमध्ये हिरवेगर्द रत्न आहे. ती अंगठी जो घालेल त्याला नवनवीन अद्भुत कल्पना सुचतील. दुसरीमध्ये लालभडक रत्न आहे. ती अंगठी जो घालेल त्याला या अद्भुत कल्पना प्रत्यक्षात आणण्याच्या पद्धती सुचतील. तिसऱ्या अंगठीमध्ये निळेशार रत्न आहे. ही अंगठी धारण करणारा या कल्पना प्रत्यक्षात आणण्याच्या पद्धतीनुसार काम करेल आणि त्याचा लाभ सर्वांना मिळेल. तुम्ही या अंगठ्यांसाठी योग्य व्यक्ती आहात. त्या ऋषींनी अमितला हिरवी, सुमितला लाल तर सुबोधला निळी अंगठी दिली व त्यांना तिथून निघून जायला सांगितले. ऋषींची आज्ञा प्रमाण मानून तिघेही तिथून निघाले.

जाता जाता त्यांचा असा विचार झाला की या अंगठ्यांमध्ये जी अद्‌भुत शक्ती आहे तिचा उपयोग करून आपण संपत्ती मिळवण्यापेक्षा आपल्या राज्यातल्या जनतेला त्याची जास्त गरज आहे. फक्त आपल्याला फायदा घेण्यापेक्षा सर्वांना त्याचा फायदा मिळेल. यासाठी आपण राजाला भेटू या.

ते राजवाड्याच्या दिशेने निघाले. राजा दरबारातच होता. त्यांनी राजाची परवानगी घेतली आणि ते दरबारात गेले. त्यांनी राजाला सर्व हकिकत सांगितली. राजाला खूप आश्चर्य आणि कौतुक वाटलं. तो म्हणाला, ''मला या गोष्टीवर विचार करायला काही वेळ द्या. माझा विचार झाला की मी तुम्हाला भेटायला बोलवतो.'' तिघेही समाधानाने आपल्या घरी गेले.

इकडे राजाने आपल्या मुलीला ही घटना सांगितली. राजकन्या सुवर्णा अतिशय बुद्धिमान आणि चतुर होती. या तिघा मित्रांनी त्या अंगठ्यांचा फायदा स्वत:पुरता न ठेवता राजाला तो देण्याचा विचार केला हे कळल्यामुळे तिला त्यांच्याबद्दल खूपच आदर वाटला. राजाच्या मनात सुवर्णाच्या विवाहाचे विचारही घोळत होते. हे तिन्ही तरुण राजघराण्यातले नसले तरी त्यांचे व्यक्तिमत्त्व, शिक्षण, विचारसरणी अतिशय उच्च होती. यांच्यापैकी एखाद्या तरुणाची राजकन्येने पती म्हणून निवड करावी असं

त्याने तिला सुचवलं. राजकन्येला हा प्रस्ताव पसंत पडला. दुसऱ्याच दिवशी राजाने त्या तिघांना राजवाड्यात बोलावलं आणि राजकन्येला भेटायला सांगितलं. राजकन्येने तिघांची भेट घेतली. वैयक्तिक गुणसंपदेमध्ये ते तिघेही उत्तम होते. तिने अमितची पती म्हणून निवड केल्याचं राजाला सांगितलं. राजाला आनंद झाला. त्याने अमितपुढे राजकन्येशी विवाह करण्याचा प्रस्ताव ठेवला. त्याला अर्थातच तो मान्य झाला.

त्यांचा विवाह पार पडला. विवाहानंतर अमित व सुवर्णा यांनी राज्यपदाचा स्वीकार केला. त्यांनी सुमितची प्रधानपदी तर सुबोधची मुख्य अधिकारीपदी नेमणूक केली. गोष्ट इथे थांबवून वेताळ राजा विक्रमाला म्हणाला, ‘‘विक्रमा, राजकन्या सुवर्णाने राज्यहितासाठी सुमितची किंवा सुबोधची निवड करायला हवी होती असं तुला नाही वाटत? याचं योग्य उत्तर काय ते तुला माहीत असेल तर सांग आणि तुला याचं उत्तर माहीत असूनही जर तू सांगितलं नाहीस, तर अर्थातच तुझ्या डोक्याची हजार शकलं होऊन तुझ्याच पायावर पडतील, हे लक्षात आहे ना?’’

राजा विक्रमाने क्षणभर विचार केला आणि तो म्हणाला, ‘‘हो, मला याचं उत्तर माहीत आहे. राजकन्या सुवर्णाने जे ठरवलं ते अतिशय योग्य होतं. गुणानुक्रमे तिघेही समानच होते. राज्याचं कल्याण व्हावं ही तिघांचीही मनोमन इच्छा होतीच. फरक होता तो त्यांच्या अंगठ्यांमध्ये. सुमितच्या लाल अंगठीमध्ये अमितच्या कल्पना प्रत्यक्षात

आणण्याच्या पद्धती सुचवण्याची क्षमता होती. तर सुबोधच्या अंगठीमध्ये त्यानुसार कृती करण्याची. वरवर पाहता या दोघांचंही काम महत्वाचं वाटलं तरी नवनवीन कल्पना सुचणं म्हणजेच सर्जकता सर्वांत महत्त्वाची असते. त्यानंतर त्याचे उपयोजन महत्त्वाचं ठरतं. अमितच्या कल्पनांच्या उपयोजनासाठी सुबोध आणि सुमितची मदत मिळणं शक्य आहे, असा विचार सुवर्णाने केला जो अगदी बरोबर होता. यामुळेच तिने पती व राज्याचा भावी राजा म्हणून अमितची निवड केली आणि सुमित व सुबोधला महत्त्वाची अधिकारपदं दिली.

राजाचं हे उत्तर ऐकून वेताळाने मान डोलावली. हसून तो म्हणाला, “बरोबर सांगितलंस राजा, पण आपलं काय ठरलं होतं? उत्तर बरोबर आलं तरी तू बोललास. तर आता मी जाणार. चाललो मी परत... हीऽऽ हीऽऽ!”

स्मशानाच्या दिशेने अंधारात झेप घेत वेताळ अदृश्य झाला. राजा विक्रमाने आपले खांदे झटकून वेताळ गेला त्या दिशेला पाहिलं आणि वेताळाला आणण्यासाठी तो पुन्हा स्मशानाच्या दिशेने चालू लागला.

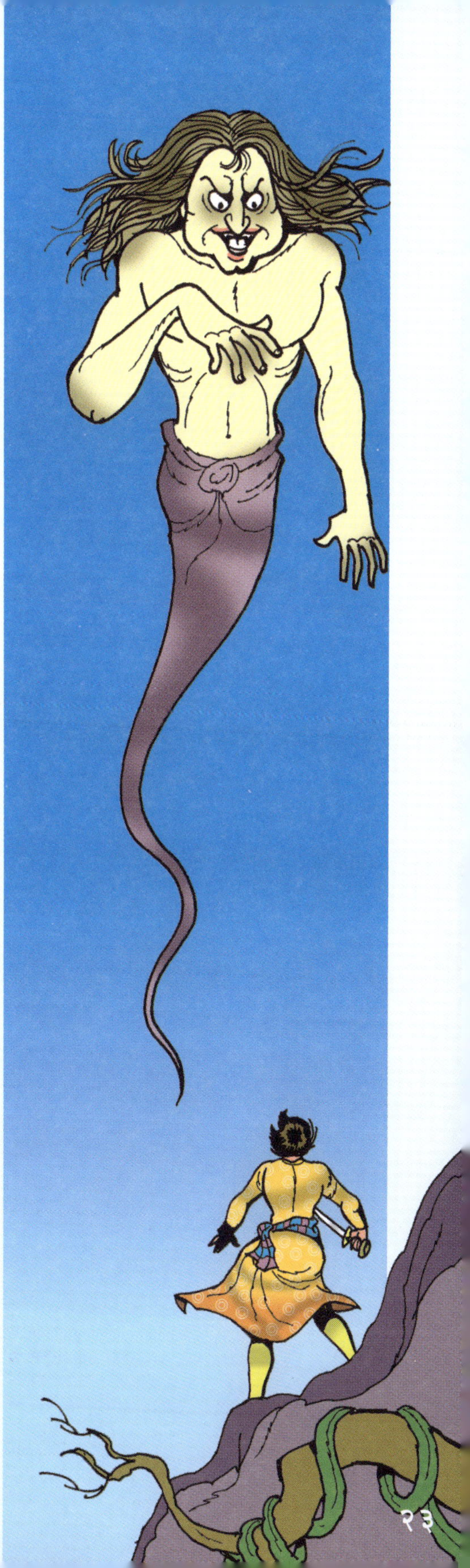

राज्याचा वारस

त्या रात्री स्मशानात मिट्ट काळोख पसरला होता. कधी फिदिफिदि हसण्याचा आवाज, तर कधी किंकाळ्यांनी तो परिसर दणाणून जात होता. एखाद्या शूरवीरालाही भीतीने घाम फुटावा अशा त्या वातावरणात राजा विक्रम मात्र निधड्या छातीनं एकेक पाऊल पुढे टाकत होता. थोड्याच वेळात नेहमीच्याच जुनाट झाडावर उलट्या लटकणाऱ्या वेताळाला खांद्यावर टाकून तो परतीची वाट चालू लागला. चकित होऊन वेताळ म्हणाला, राजा, त्या सूर्यभान राजासारखी चूक तर तू करत नाहीस ना. तुझ्या कृतीचं कारण मला कळत नाही. अर्थात जर काही न बोलता तू मला नेणार असलास, तरच मी येईन. नाहीतर निघून जाईन हे तुला चांगलंच माहीत आहे.

राजाने होकारादाखल मान हलवली आणि तो चालू लागला. वेळ घालवण्यासाठी वेताळाने नवी गोष्ट सांगायला सुरुवात केली -

सोनपूर नावाच्या राज्यात सूर्यभान

नावाचा राजा राज्य करत होता. सूर्यभान प्रजेची अतिशय काळजी घेत असे. त्याच्या देखरेखीखाली प्रजाजन सुखाने नांदत होते. सूर्यभान आता वृद्ध झाला होता. राज्याचा वारस म्हणून पुत्र किंवा कन्या नसल्याने एखादा कर्तबगार तरुण किंवा तरुणीकडे राज्याची धुरा सोपवावी असं त्याच्या मनाने घेतलं. राजाने आपल्या विश्वासातल्या मंत्रिगणांकडे हा विचार बोलून दाखवला. लगेचच प्रधानजी म्हणाले, ''माझा मुलगा अतिशय हुशार आहे. नुकताच गुरुगृही शिकून घरी आला आहे. आपल्याला त्याच्याइतका उत्तम उमेदवार संपूर्ण राज्यात मिळणार नाही.'' तेवढ्यात सेनापतींनी त्यांच्या मुलाची तारीफ सांगायला सुरुवात केली. इतर मंत्र्यानीही आपला मुलगा, भाचा, पुतण्या अशा नात्यातल्या तरुणांची स्तुतीपर वर्णनं सुरू केली. ती ऐकून राजाला अगदी उबग आला. सर्वांना थांबवून तो म्हणाला, ''थांबा, मी स्वत: पारख करणार आहे या राज्याच्या भावी वारसाची. त्यांना मला भेटायला घेऊन या.''

काही दिवसांतच एकेक करून ते तरुण राजाला भेटून गेले. पण राजाला राज्यपद सांभाळायला त्यातील एकही जण योग्य वाटला नाही. एक दिवस राजाच्या हत्तीशाळेचा मुख्य माहूत त्याला भेटायला आला. तो खूप वृद्ध झाला होता. तो म्हणाला, ''महाराज, आता माझ्याने पहिल्यासारखं काम होत नाही. तेव्हा मला आता

जबाबदारीतून मोकळं करा. माझा मुलगा चांगला होतकरू आहे; पण त्याला अजून काम मिळालं नाही. त्याला आपल्या हत्तीशाळेत काम दिलंत तर आमच्या कुटुंबालादेखील आधार होईल.''

राजा म्हणाला, ''पाठव त्याला उद्या. मी परीक्षा घेऊन ठरवतो.''

दुसऱ्या दिवशी माहुताचा मुलगा कमलेश राजासमोर हजर झाला. राजाने त्याला समोरच्या एका चिडलेल्या हत्तीला शांत करून त्याच्यावरून फेरी मारून यायला सांगितलं. कमलेश हत्तीजवळ गेला. त्याने त्याला चुचकारून त्याच्या अंगावरून हात फिरवला. मग सावकाश तो त्याच्या पाठीवर चढला आणि हळूहळू त्याने त्याला राजवाड्याच्या भोवती फिरवून परत राजासमोर उभं केलं. राजा कमलेशच्या वागण्याचं निरीक्षण करत होता. त्याचं हत्तीबरोबर वागण्याचं कौशल्य राजाच्या मनात भरलं. राजाने त्याला लगेच कामावर हजर व्हायला सांगितलं. वागणूक आणि हुशारीमुळे कमलेश लवकरच राजाच्या खास हत्तीची देखभाल करू लागला. राजा

हत्तीवरून फेरफटका मारायला निघाल्यावर कमलेश नेहमी त्याच्याबरोबर असायचा.

दरवर्षी राजधानीत रंगउत्सव साजरा होत असे. सारे प्रजाजन उत्साहाने त्यात भाग घेत. या वर्षीही सारे जण जमले होते. राजाही लवाजम्यासकट शृंगारलेल्या हत्तीवरून मिरवणुकीत सहभागी झाला होता. अचानक वातावरण बदललं आणि जोराचे वादळी वारे वाहू लागले. मंडप, शोभेच्या कनाती वाऱ्यावर उडू लागल्या. लोक घाबरले. सारे जण जवळपासच्या घरांमध्ये आसरा शोधू लागले. वादळी वाऱ्यामुळे राजाचा हत्तीही बिथरला. तो मुख्य रस्ता सोडून धावू लागला. कमलेश आपलं सार कौशल्य पणाला लावून हत्तीला नियंत्रित करत होता. राजाची सुरक्षितता हे त्याचं प्रथम कर्तव्य होतं. तेवढ्यात झाडाची मोठी फांदी तुटल्याचा आवाज आला. कमलेशने पाहिले तर ती फांदी राजाच्या अंबारीवर पडण्याची शक्यता होती. त्याने सर्व शक्तीनिशी हत्तीला एका बाजूला वळवलं आणि फांदीपासून अंबारी वाचवली. थोड्याच वेळात वादळ शांत झालं आणि राजाचा हत्ती सुरक्षितपणे राजवाड्यात परत आला.

कमलेशच्या समयसूचकतेमुळे राजाचा जीव वाचला या गोष्टीचं सर्वांना कौतुक

वाटत होतं. राजानेही कमलेशला जवळ बोलावून त्याला बक्षीस म्हणून काय हवं ते विचारलं. कमलेश म्हणाला, ‘‘महाराज, आपण मला हवे ते देणार असाल तर माझ्या तीन इच्छा आहेत.’’ हे ऐकताच दरबारात शांतता पसरली. कमलेश आता काय काय मागून घेणार अशा विचाराने सर्व जण गंभीर झाले. राजाही थोडा विचारात पडला. पण तो म्हणाला, ‘‘ठीक आहे, बोल.’’ कमलेश म्हणाला, ‘‘महाराज, गुरुगृही माझ्याबरोबर माझा मित्र सुदेशही शिकत होता. तो युद्धशास्त्रात निपुण आहे. त्याने दरबारात आपल्याला भेटण्याचा प्रयत्न केला. पण सेवकांनी त्याला भेटू दिलं नाही. आपण त्याला भेटण्याची अनुमती द्याल का? सैन्यदलासाठी आपल्याला एक उत्तम योद्धा मिळू शकेल.’’ कमलेशचं बोलणं ऐकून राजा काहीच बोलला नाही. राजाची संमती गृहीत धरून तो पुढे म्हणाला, ‘‘महाराज माझ्या शेजारी राहणाऱ्या एका गरीब शेतमजुराची धान्य विकून मिळालेली पैशांची थैली चोराने पळवून नेली. पण त्याची फिर्यादही कोतवालाने दाखल करून घेतली नाही. त्याला न्याय मिळवून द्यावा. तिसरी इच्छा म्हणजे माझे गुरू खूप आजारी आहेत. केवळ राजवैद्यच त्यांच्यावर उपचार करू शकतात. पण आपल्या परवानगीशिवाय उपचार करू शकत नाहीत. कृपया त्यांना परवानगी द्यावी.’’ कमलेशचं हे बोलणं ऐकून दरबार स्तब्ध झाला.

काही जणांना वाटलं की राजा कमलेशलाच शिक्षा करणार. काही जणांना वाटलं

की राजा यातली एकच इच्छा पूर्ण करेल. राजा सूर्यभान शांत दिसत होता. धीरगंभीर आवाजात तो म्हणाला, ''कमलेश, तुझ्या इच्छा ऐकून मी प्रसन्न झालो आहे. त्या सर्व मी पूर्ण करेनच. पण आता माझी एक इच्छा तू पूर्ण करायची.''

''आज्ञा करावी महाराज!'' कमलेश आनंदाने म्हणाला.

राजा म्हणाला, ''कमलेश, या राज्याचा भावी राजा म्हणून तू सूत्रं हाती घ्यावी, असं मला वाटतं.'' राजाचं हे बोलणं ऐकून कमलेशला काय बोलावं ते समजेना. दरबारातही कुजबूज सुरू झाली. कमलेशला आनंदाचा धक्काच बसला, पण सावरून त्याने राजाला वंदन केलं आणि तो त्याच्या आज्ञेबाहेर नाही असं सांगितलं.

गोष्ट इथे थांबवून वेताळ राजा विक्रमाला म्हणाला, ''विक्रमा, कितीही हुशार असला तरी अनेक उच्चकुलीन तरुणांना नाकारून राजा सूर्यभानने एका माहुताच्या मुलाची राजपदी निवड केली हे योग्य नाही, असं मला वाटतं. याचं योग्य उत्तर काय ते तुला माहीत असेल तर सांग आणि याचं उत्तर माहीत असूनही जर तू सांगितलं नाहीस, तर अर्थातच तुझ्या डोक्याची हजार शकलं होऊन तुझ्याच पायावर पडतील, हे लक्षात आहे ना.''

राजा विक्रमाने क्षणभर विचार केला आणि तो म्हणाला, ''हो, मला याचं योग्य

उत्तर माहीत आहे. राजा सूर्यभानने जे ठरवलं ते अतिशय योग्य होतं. कमलेश विद्यासंपन्न तर होताच, त्याचबरोबर हत्तीच्या देखभालीसारखं श्रमजीवी कामही तो तेवढ्याच कौशल्यानं व निष्ठेनं करत होता. राजाकडून त्याने मागणं मागितलं तेही इतरांच्या कल्याणाचं. स्वत:साठी त्याने काहीच मागितलं नाही. उत्तम राज्यप्रमुखाची हीच लक्षणं असतात.''

राजाचं हे उत्तर ऐकून वेताळाने मान डोलावली. हसून तो म्हणाला, ''बरोबर सांगितलंस राजा, पण आपलं काय ठरलं होतं? उत्तर बरोबर आलं तरी तू बोललास. तर आता मी जाणार. चाललो मी परत... हीऽऽ हीऽऽ!''

स्मशानाच्या दिशेने अंधारात झेप घेत वेताळ अदृश्य झाला. राजा विक्रमाने आपले खांदे झटकून वेताळ गेला त्या दिशेला पाहिलं आणि वेताळाला आणण्यासाठी तो पुन्हा स्मशानाच्या दिशेने चालू लागला.

विक्रम वेताळ
मालिका
भाग ३

राजाचं रक्षण

आणि

इतर कथा

वैशाली कार्लेकर

हे पुस्तक **माझं** आहे.

....

....

मेहता पब्लिशिंग हाऊस

RAJACHE RAKSHAN ANI ETAR KATHA by Vaishali Karlekar

राजाचं रक्षण आणि इतर कथा / बालसाहित्य
वैशाली कार्लेकर

प्रकाशक : सुनील अनिल मेहता
मेहता पब्लिशिंग हाऊस,
१९४१, सदाशिव पेठ, माडीवाले कॉलनी, पुणे ३०.
☎ ०२०-२४४७६९२४
E-mail : author@mehtapublishinghouse.com
Website : www.mehtapublishinghouse.com

मुद्रक : स्पेक्ट्रम ऑफसेट, एरंडवणा, पुणे ०४.

प्रथमावृत्ती : एप्रिल, २०१९

मुखपृष्ठ व आतील चित्रे
घन:श्याम देशमुख

किंमत : ₹ ७०

(४ पुस्तकांचा संच)

गुन्ह्याची कबुली

त्या रात्री स्मशानात मिट्ट काळोख पसरला होता. कधी फिदिफिदि हसण्याचा आवाज, तर कधी किंकाळ्यांनी तो परिसर दणाणून जात होता. एखाद्या शूरवीरालाही भीतीने घाम फुटावा अशा त्या वातावरणात राजा विक्रम मात्र निधड्या छातीनं एकेक पाऊल पुढे टाकत होता. थोड्याच वेळात नेहमीच्याच जुनाट झाडावर उलट्या लटकणाऱ्या वेताळाला खांद्यावर टाकून तो परतीची वाट चालू लागला. चकित होऊन वेताळ म्हणाला, ‘‘राजा, त्या चोराला अभय देणाऱ्या सुजयं या राजासारखं तुझ्या कृतीचं कारण मला कळत नाही. अर्थात जर काही न बोलता तू मला नेणार असलास, तरच मी येईन. नाहीतर निघून जाईन हे तुला चांगलंच माहीत आहे.’’

राजाने होकारादाखल मान हलवली आणि तो चालू लागला. वेताळाने सुजय राजाची गोष्ट सांगायला सुरुवात केली -

सुजय नावाचा एक राजा सोमवती नगरीत राज्य करीत होता. आपल्या वडिलांच्या, म्हणजे राजा सुमंताच्या आकस्मिक निधनानंतर त्याने कारभार

हाती घेतला होता. सुजय अतिशय हुशार, समंजस होता. त्याने राज्यकारभारात अनेक बदल आणले. आवश्यक तेथे नवीन मंत्र्याच्या नेमणुका केल्या. कोणी एखादी नवीन कल्पना सांगितली तरी योग्य वाटली तर तो अमलात आणून पाहायचा.

एकदा त्याने वेष पालटून राज्यात फेरफटका मारायचा ठरवला. त्याने एका व्यापाऱ्याचा वेश घेतला आणि तो व्यापाऱ्यांकडे जाऊन जवळच्या मालाची खरेदी-विक्री करू लागला. या व्यवहारात त्याला व्यापाऱ्यांचं वागणं, त्यांचा व्यवहार जवळून पाहायला मिळाला. त्याच्याकडे बरेच पैसेही होते. संध्याकाळी तो राजधानीकडे परतू लागला. तेवढ्यात त्याला एका विहिरीजवळ एक माणूस रडत बसलेला दिसला. तो म्हणाला, ''माझा मुलगा पोहायला या विहिरीत उतरला होता. आता तो अचानक दिसेनासा झाला आहे. मला पोहता येत नाही. काय झालं असेल त्याचं. वाचवा हो त्याला.'' सुजयने कसलाही विचार न करता त्याचं सामान आणि किमती कपडे विहिरीच्या काठावर ठेवले आणि विहिरीत उडी मारली. त्याने विहिरीच्या तळापर्यंत शोध घेतला; पण मुलगा सापडला नाही. त्याने त्या माणसाला आतून हाका मारल्या. पण काही प्रत्युत्तर आलं नाही. शेवटी सुजय विहिरीबाहेर आला. पाहतो तर काय. काठावर ठेवलेले कपडे, त्याचं सामान, पैसे सगळं घेऊन तो माणूस गायब झाला होता. आपल्याला फसवून लुटलं गेलंय हे त्याच्या लक्षात आलं.

राजधानी जवळच होती. तो चालतच राजवाड्यात पोहोचला. त्याने तिथे कुणालाही ही घटना सांगितली नाही.

असेच काही दिवस गेले. एक दिवस एका घरफोडीच्या गुन्ह्यासाठी सैनिकांनी

एका चोराला पकडून राजासमोर हजर केलं. त्या चोराला पाहताच राजाने त्याला ओळखलं. आपल्याला विहिरीवर लुटणारा हाच तो चोर हे राजाच्या लक्षात आलं. पण त्याने तसं दाखवलं नाही. सैनिकांनी राजाला त्याने कशी चोरी केली ते सांगितलं. ज्या माणसाच्या घरी त्याने चोरी केली त्यानेही आपल्या चीजवस्तू ओळखल्या. त्याचा गुन्हा सिद्ध झालाच होता. आता राजा काय शिक्षा सुनावतो याकडे सर्वांचं लक्ष लागून राहिलं होतं. पण राजाने त्याला एक दिवस तुरुंगात ठेवून दुसऱ्या दिवशी शिक्षा फर्मावणार असं सांगितलं.

त्या दिवशी रात्री राजाने पूर्वीचा व्यापाऱ्यासारखा वेश घातला आणि तो चोराला ठेवलं होतं त्या तुरुंगाच्या खोलीत गेला. त्या व्यापाऱ्याला चोराने लगेच ओळखलं. तो म्हणाला, ‘‘अरे तू इथे तुरुंगात कसा, की तूही चोरच आहेस. म्हणजे मी चोराकडेच चोरी केली.’’ तो चोर हसू लागला. राजाने आपल्या अंगावरचा व्यापाऱ्याचा वेश उतरवला आणि तो राजाच्या वेशात प्रकट झाला. राजाला पाहताच चोर चपापला. राजाच्या पायावर लोळण घेऊन म्हणाला, ‘‘मला माफ करा महाराज. मी त्या दिवशी तुमचं सामान चोरलं आणि आजही तुम्हाला ओळखलं नाही.’’ राजा म्हणाला, ‘‘ठीक आहे. पण मला सांग की तू कधीपासून चोऱ्या करतोस आणि का?’’ चोर म्हणाला, ‘‘महाराज, मित्रांच्या संगतीने मी यात ओढला गेलो. पहिली चोरी काही मोठी नव्हती. पण एकदा तुरुंगात जाऊन आल्यावर चोर हा शिक्का कायमचा बसला. मग कुणी कामही देईना. उपासमार होऊ लागली. नाइलाजाने पुन्हा चोरीच्या मार्गावर गेलो. पण महाराज, मला यातून सुटायचंय. माझी कष्ट करण्याची तयारी आहे.’’

‘‘ठीक आहे, पाहतो मी काय ते,’’ असं म्हणून राजा निघून गेला.

दुसऱ्या दिवशी चोराला दरबारात हजर करण्यात आलं. राजाने त्याला आधीच्या सर्व चोऱ्यांचीही कबुली द्यायला लावली. त्यांची एकत्रित शिक्षा जाहीर केली. मात्र शिक्षा भोगून झाल्यानंतर त्याला राजदरबारात काम देण्याचं जाहीर केलं. चोराला राजदरबारी काम मिळणार हे ऐकून सर्वांनाच आश्चर्य वाटलं.

गोष्ट इथे थांबवून वेताळ राजा विक्रमाला म्हणाला, "विक्रमा, एखाद्या चोराला दरबारात काम देऊन राजा सुजयला काय साधायचं होतं? यातून प्रजेमध्ये काय संदेश जाईल असं तुला वाटतं? याचं योग्य उत्तर काय ते तुला माहीत असेल तर सांग आणि तुला याचं उत्तर माहीत असूनही जर तू सांगितलं नाहीस, तर अर्थातच तुझ्या डोक्याची हजार शकलं होऊन तुझ्याच पायावर पडतील, हे लक्षात आहे ना."

राजा विक्रमाने क्षणभर विचार केला आणि तो म्हणाला, "हो, मला याचं उत्तर माहीत आहे. त्या चोराने आपल्या गुन्ह्याची कबुली दिली होती. त्याची शिक्षाही राजाने त्याला फर्मावली होती. शिक्षा भोगून झाल्यावर त्याला पुन्हा काही काम मिळालं नाही तर तो परत चोरीच्या मार्गाला लागू शकतो हे राजाला माहीत होतं. अशा परिस्थितीत इतर कोणी त्याला काम देण्याची शक्यता कमीच होती. त्यामुळे राजानेच पुढाकार घेऊन त्याच्या उदरनिर्वाहाची सोय करणं जास्त योग्य होतं. कारण यामुळे त्याला रोजगार आणि प्रतिष्ठा असं दोन्ही मिळणार होतं. राजाने अतिशय सकारात्मक निर्णय घेतला असं मला वाटतं." राजाचं हे उत्तर ऐकून वेताळाने मान डोलावली. हसून तो म्हणाला, "बरोबर सांगितलंस राजा, पण आपलं काय ठरलं होतं? उत्तर बरोबर आलं तरी तू बोललास. तर आता मी जाणार. चाललो मी परत... हीऽऽ हीऽऽ!"

स्मशानाच्या दिशेने अंधारात झेप घेत वेताळ अदृश्य झाला. राजा विक्रमाने आपले खांदे झटकून वेताळ गेला त्या दिशेला पाहिलं आणि वेताळाला आणण्यासाठी तो पुन्हा स्मशानाच्या दिशेने चालू लागला.

राजाचं रक्षण

त्या रात्री स्मशानात मिट्ट काळोख पसरला होता. कधी फिदिफिदि हसण्याचा आवाज, तर कधी किंकाळ्यांनी तो परिसर दणाणून जात होता. एखाद्या शूरवीरालाही भीतीने घाम फुटावा अशा त्या वातावरणात राजा विक्रम मात्र निधड्या छातीनं एकेक पाऊल पुढे टाकत होता. थोड्याच वेळात नेहमीच्याच जुनाट झाडावर उलट्या लटकणाऱ्या वेताळाला खांद्यावर टाकून तो परतीची वाट चालू लागला. चकित होऊन वेताळ म्हणाला, "राजा, त्या वीरदत्तासारखा तूही खोलात जाऊन विचार करत नाहीस आणि स्वत:ची हानी करून घेतोयस. तुझ्या या कृतीचं कारण मला कळत नाही. अर्थात जर काही न बोलता तू मला नेणार असलास, तरच मी येईन. नाहीतर निघून जाईन हे तुला चांगलंच माहीत आहे."

राजाने होकारादाखल मान हलवली आणि तो चालू लागला. वेताळाने नवी गोष्ट सांगायला सुरुवात केली -

कोचूर नावाच्या एका गावात वीरदत्त नावाचा तरुण राहत होता. तो शस्त्रविद्येत

पारंगत होता. लहानपणापासूनच त्याने कठोर परिश्रम करून गुरूकडून विविध शस्त्रं चालवण्याची कला शिकून घेतली होती. आपल्या शस्त्रविद्येचा फायदा आपल्या राज्याला व्हावा, अशी त्याची इच्छा होती. त्यामुळे लवकरात लवकर राज्याच्या सैन्यदलात भरती होण्यासाठी त्याने प्रयत्न सुरू केले. वीरदत्तचे वडील म्हातारे झाले होते. त्यांना वाटत होतं की राजाची चाकरी म्हणजे तलवारीच्या पात्यावरून चालणं, कधी इजा होईल सांगता येत नाही. वीरदत्तने गावी राहून शेती सांभाळावी.

पण वीरदत्तचा आपल्या शस्त्रविद्येवर विश्वास होता. लवकरच त्याच्यासाठी एक सुवर्णसंधी चालून आली. सैन्यदलातील वरिष्ठ अधिकाऱ्याचे पद रिकामे झाले होते. या पदासाठी निवडप्रक्रिया सुरू होणार होती. वीरदत्तला खूप आनंद झाला. त्याने आपल्या शस्त्रविद्येचा सराव जोमाने सुरू केला.

निवडीचा दिवस उगवला. भल्या पहाटे अधिकारीपदासाठी उत्सुक युवकांच्या खणखणत्या तलवारींचा नाद घुमू लागला. काहींनी लवकरच माघार घेतली, तर काही जण टिकून पुढच्या परीक्षांना सामोरे जात होते. वीरदत्तचे कौशल्य असे होते की कुणीच त्याला हरवू शकले नाही. शेवटी अंतिम परीक्षेतही विजयी होऊन वीरदत्तच्या निवडीवर शिक्कामोर्तब झाले. वीरदत्तला खूप आनंद झाला. सैन्यदलात भरती

होण्याचं त्याचं स्वप्न पूर्ण झालं होतं.

सुरुवातीचे तीन महिने त्याला कामकाजाची ओळख करून घेण्यासाठी दिले होते. राज्याच्या विविध भागांतील सैन्यविभागाशी त्याचा परिचय करून देण्यात आला. त्याने तिथे उत्तम कामगिरी केली. एक दिवस मुख्य सेनापतीने त्याला बोलावून एक गुप्त कामगिरी त्याच्यावर सोपवली. राजा, राणी आणि त्यांचे कुटुंबीय काही दिवस वनविहारासाठी जाणार होते. या काळात त्यांच्या रक्षणाची जबाबदारी गुप्तपणे वीरभद्रवर सोपविण्यात आली. राजालासुद्धा याची कल्पना नाही, असं सेनापतींनी त्याला सांगितलं. वरिष्ठांची आज्ञा प्रमाण मानून वीरदत्त राजाच्या रक्षणासाठी रवाना झाला.

वीरदत्त गुप्तपणे राजा आणि त्याच्या कुटुंबीयांच्या आसपास राहत होता. काट्याकुट्यातून, थंडीवाऱ्यातून त्याची सावध नजर राजाचं रक्षण करीत होती. एक दिवस दोन भिल्ल संशयास्पद रीतीने राजाच्या तंबूच्या आसपास घोटाळताना त्याला दिसले. वीरदत्त सावध होऊन त्यांचं निरीक्षण करू लागला. राजाला धोका आहे असं लक्षात येताच त्याने बाणाने वेध घेऊन त्यांना जखमी करून खाली पाडले. राजाला या प्रकाराची काहीच कल्पना नव्हती. आरडाओरडा, गोंधळ ऐकून राजा बाहेर आला. वीरदत्तने पुढे येऊन राजाला प्रणाम

केला आणि खरी परिस्थिती सांगितली. कौटुंबिक सहलीत झालेल्या प्रकाराने राजा चिडला होता. त्यात वीरदत्त राजाच्या रक्षणासाठी सुरुवातीपासून त्याच्यावर पहारा देत होता हे कळल्यावर राजा अधिकच चिडला. त्याने ते दोन भिल्ल आणि वीरदत्तलाही अटक करण्याची आज्ञा दिली.

दुसऱ्या दिवशी सखोल चौकशी झाल्यावर, ते भिल्ल नसून दुसऱ्या राजाचे हेर होते आणि त्यांच्याकडून राजाला धोका होता हे सिद्ध झालं. वीरदत्तला हायसं वाटलं. आता राजा आपल्याला अटकेतून सोडवून आपले कौतुक करेल अशी त्याची अपेक्षा होती. पण झालं उलटंच. राजाने वीरदत्तला दरबारात हजर करण्याचा आदेश दिला. वरिष्ठ मंत्र्यांच्या उपस्थितीत वीरभद्रवर खटला चालवण्यात येईल असं सांगण्यात आलं. या अनोख्या खटल्यामुळे दरबारात खूप गर्दी झाली होती. वीरदत्तचे वडीलही आले होते. आपल्या मुलाच्या भवितव्याच्या काळजीने त्यांचा चेहरा खंगून गेला होता. वीरदत्तला मात्र आपल्याला योग्य न्याय मिळेल याची खात्री होती.

राजाच्या आगमनानंतर खटल्याला सुरुवात झाली. 'मी वैयक्तिक सहलीवर असताना तिथे हजर राहून तू गुन्हा केला आहेस. त्यामुळे यासाठी तू शिक्षेस पात्र आहेस' असा आरोप राजाने त्याच्यावर ठेवला. "महाराज, आपली आज्ञा मला वंदनीय आहे. पण मीसुद्धा माझ्या वरिष्ठांच्या आज्ञेनुसार आपलं रक्षण करीत होतो. आपल्याला त्रास देण्याचा माझा कोणताही हेतू नव्हता." वीरदत्तने आपली बाजू

मांडली. मात्र राजाला त्याची बाजू मान्य झाली नाही. उद्या खटल्याचा निकाल जाहीर होईल, असं सांगून राजाने दरबार बरखास्त केला आणि वीरदत्तची रवानगी पुन्हा तुरुंगात केली.

रात्री तुरुंगात वीरदत्तला राजाच्या रक्षणाची आज्ञा देणारे त्याचे वरिष्ठ अधिकारी भेटायला आले. ते म्हणाले, ''महाराजांना हा प्रकार अजिबात आवडलेला नाही. त्यामुळे तुला उद्या शिक्षा जाहीर होईल अशीच शक्यता आहे. पण त्याआधी तुला तुरुंगातून सुटून जायचं असेल तर मी मदत करतो. तू इथून पळून तुझ्या गावाला जाऊ शकतोस. कुणालाही कळणार नाही.'' वरिष्ठांचं हे बोलणं ऐकून त्याला आश्चर्य वाटलं. तो म्हणाला, ''असं तर मी कधीच करणार नाही, भले मला संपूर्ण आयुष्य तुरुंगात काढावं लागलं तरी हरकत नाही. कारण माझ्या मते मी गुन्हा केलेला नाही; पण जर महाराजांना तो गुन्हा वाटत असेल, तर तेच योग्य असेल आणि मग मी शिक्षा भोगायला हवी.'' त्याचं ठाम बोलणं ऐकून अधिकारी निघून गेले. गोष्ट इथे थांबवून वेताळ राजा विक्रमाला म्हणाला, ''विक्रमा, वीरदत्तचं वागणं अति आत्मविश्वासपूर्ण वाटत नाही का? त्याचे वरिष्ठ संधी देत असतानाही त्याने तुरुंगात खितपत पडणं स्वीकारलं हा किती वेडेपणा आहे. वीरदत्तच्या वागण्याचं योग्य कारण

काय ते तुला माहीत असेल, तर सांग आणि तुला याचं उत्तर माहीत असूनही जर तू सांगितलं नाहीस, तर अर्थातच तुझ्या डोक्याची हजार शकलं होऊन तुझ्याच पायावर पडतील, हे लक्षात आहे ना?''

राजा विक्रमाने क्षणभर विचार केला आणि तो म्हणाला, ''हो, मला वीरदत्तच वागणं अगदी बरोबर वाटलं. उलट तो राजाचा सैन्याधिकारी बनायला अतिशय योग्य उमेदवार आहे. त्याचं शस्त्रकौशल्य तर उत्तम होतंच. शिवाय वरिष्ठांचं आज्ञापालन, तुरुंगातून पळून जाण्यास दिलेला नकार यातून दिसणारा प्रामाणिकपणा कौतुकास्पद आहे. माझ्या मते राजाने वीरदत्तची परीक्षा घेण्यासाठीच ही योजना आखली असावी आणि त्यात तो उत्तम प्रकारे उत्तीर्ण झाला.''

राजाचं हे उत्तर ऐकून वेताळाने मान डोलावली. हसून तो म्हणाला, ''बरोबर सांगितलंस राजा, पण आपलं काय ठरलं होतं? उत्तर बरोबर आलं तरी तू बोललास. तर आता मी जाणार. चाललो मी परत... हीऽऽ हीऽऽ!''

स्मशानाच्या दिशेने अंधारात झेप घेत वेताळ अदृश्य झाला. राजा विक्रमाने आपले खांदे झटकून वेताळ गेला त्या दिशेला पाहिलं आणि वेताळाला आणण्यासाठी तो पुन्हा स्मशानाच्या दिशेने चालू लागला.

कलेचा गर्व

त्या रात्री स्मशानात मिट्ट काळोख पसरला होता. कधी फिदिफिदि हसण्याचा आवाज, तर कधी किंकाळ्यांनी तो परिसर दणाणून जात होता. एखाद्या शूरवीरालाही भीतीने घाम फुटावा अशा त्या वातावरणात राजा विक्रम मात्र निधड्या छातीनं एकेक पाऊल पुढे टाकत होता. थोड्याच वेळात नेहमीच्याच जुनाट झाडावर उलट्या लटकणाऱ्या वेताळाला खांद्यावर टाकून तो परतीची वाट चालू लागला. चकित होऊन वेताळ म्हणाला, ''राजा, त्या सूरदास गायकाप्रमाणे तू अहंकारी तर नाहीस ना? तुझ्या कृतीचं कारण मला कळत नाही. विनाकारण तू स्वतःचा नाश ओढवून घेशील. तुला त्याची गोष्ट सांगतो मग तूच ठरव. अर्थात जर काही न बोलता तू मला नेणार असलास, तरच मी येईन. नाहीतर निघून जाईन हे तुला चांगलंच माहीत आहे.''

होकारादाखल मान हलवून राजा चालू लागला. वेताळाने सूरदासाची नवी गोष्ट सांगायला सुरुवात केली -

एका निसर्गरम्य वनामध्ये सूरदास नावाचा गायक राहत होता. निसर्गाच्या सान्निध्यात त्याची कला बहरत असल्यामुळे सूरदास कोणत्याही गावामध्ये न राहता वनातच आपली साधना करीत होता. त्याचं गाणं ऐकून जाणारी-येणारी माणसंच काय पण पशुपक्षी, वेलीसुद्धा स्तब्ध होत, गुंगून जात. निसर्गातील ऋतू, सकाळ-सायंकाळची शोभा, आकाश, पाऊस, झरे अशा अनेक गोष्टींवरून त्याला काव्य आणि संगीत स्फुरत असे. मग तो मनमोकळेपणाने तासन्तास गात असे. वनातून येणाऱ्या-जाणाऱ्या वाटसरूंमुळे त्याच्या गायनाची कीर्ती परिसरातील गावांमध्ये पसरली. अनेक जण त्याचे गायन ऐकण्यासाठी मुद्दाम त्याच्या पर्णकुटीजवळ येत. पण त्यांच्यापैकी कुणी सांगितले म्हणून तो गात नसे, तर त्याला वाटेल तेव्हाच, तेवढाच वेळ तो गायन करीत असे.

सूरदासाची कीर्ती राजाच्याही कानावर गेली. राजालाही त्याचं गाणं ऐकावं असं वाटू लागलं. पण स्वतः राजाने वनात जाऊन एखाद्या गायकाचं गाणं ऐकणं त्याच्या प्रतिष्ठेला शोभणार नाही, या विचाराने राजाने आपल्या प्रधानाला सूरदासाकडे पाठवलं. प्रधानाने राजाचं निमंत्रण सूरदासाला दिलं. प्रधान सूरदासाच्या पर्णकुटीत पोहोचला तेव्हा सूरदास आपल्या गानसमाधीत मग्न होता. प्रधानसुद्धा सूरदासाच्या गायनाने मुग्ध होऊन गेला. अखेर जेव्हा त्याचं गाणं संपलं तेव्हाच तो भानावर आला. मग प्रधानाने आपल्या येण्याचा हेतू सांगितला. सूरदासाने काही वेळ विचार केला

आणि तो म्हणाला, ‘‘मी दरबारात येईन, मला बाकी काही नको पण उत्तम रसिक श्रोते हवे. आणि मी फक्त एकच तास गाईन. चालेल का?’’ प्रधान म्हणाला, ‘‘चालेल, एक तास तरी तुमचं गायन महाराजांना ऐकता येईल.’’

प्रधानाने राजाला भेटीचा सर्व वृतान्त सांगितला. राजाला आनंद झाला. तो म्हणाला, ‘‘त्यांची चोख व्यवस्था ठेवा. मैफिलीत उंची मिठाई, फळफळावळ, खाणंपिणं असू द्या. ते इतके खूश झाले पाहिजेत की त्यांनी दिवसभर गायन करीत राहायला हवं.’’

मैफिलीचा दिवस उगवला. दरबारात जय्यत तयारी करण्यात आली. वेळेवर सूरदासाचं आगमन झालं. राजाने केलेल्या स्वागताने तो भारावला. तो म्हणाला, ‘‘महाराज, या सगळ्याची काय गरज होती. मला फक्त दर्दी श्रोते हवेत. बाकी काही नको. मात्र मी फक्त एक तासच गाईन.’’ राजा म्हणाला, ‘‘अर्थात इथे सारेच दर्दी आहेत. तुम्हाला उत्कृष्ट दाद मिळेल.’’

सूरदासाचं गायन सुरू झालं. राजा आणि सारे जण त्याच्या दैवी सुरांमध्ये न्हाऊन निघाले. एक तास कधी संपला हे कुणालाच कळलं नाही. मात्र एक तास झाल्यावर सूरदास थांबला. सर्वांनाच अचानक मैफिल संपल्याची हुरहुर लागली. सूरदासाने अजून गावं अशी सर्वांचीच इच्छा होती. राजाने स्वत: सूरदासाला पुढे गाण्याची विनंती केली. पण सूरदास त्याच्या बोलण्यावर ठाम होता. तो सर्वांचा निरोप घेऊन

तिथून निघाला.

राजाच्या मनात त्याचं गाणं गुंजत होतंच, पण एक तासच गाण्याचा त्याचा निर्धारही त्याला टोचत राहिला. कुणी म्हणू लागले की सूरदास अहंकारी आहे, कुणी म्हणाले त्याला कलेचा गर्व आहे.

काही दिवस असेच गेले. राजाने पुन्हा एकदा त्याला निमंत्रण दिलं. सूरदासने ते स्वीकारलं पण एक तासाच्या अटीवरच. मग हळूहळू इतर मंत्रिगण, सरदार, धनिक लोकही त्याला आमंत्रित करू लागले. मात्र प्रत्येकाला तो आधीच सांगायचा की मी एक तास किंवा त्याहूनही कमी वेळ गाईन. तुम्ही मला अधिक गायचा आग्रह करू नये. झाडे-वेली यांच्या सान्निध्यात भान हरपून गाणारा सूरदास रसिकांसमोर मात्र सूर आखडता घेतो याचं लोकांना आश्चर्य वाटायचं. प्रत्येक जण अहमहमिकेने सूरदासला बोलवायचा, त्याची उत्तम सरबराई करायचा, मनसोक्त दाद द्यायचा. पण तरीही सूरदास कुणाकडेच एक तासापेक्षा जास्त गात नसे. गरिबाचं घर असो की धनिकाचं. शेवटी तर काही धनिकांनी सूरदास ज्याच्या घरी एक तासापेक्षा जास्त वेळ गाणं गाईल त्याला शंभर सुवर्णमुद्रा बक्षीस देण्याचंही जाहीर केलं. सूरदासाच्या हे सर्व कानावर येत होतं. पण तो त्याकडे दुर्लक्ष करत होता. त्याला योग्य वाटेल त्याच्याकडेच आणि त्याला हवं तेवढा वेळच तो गात असे. काहींना नकारही देत असे. कुणी म्हणे की सूरदास एखाद्या गरिबाकडे गायला तर त्या गरिबाला तरी सुवर्णमुद्रा मिळतील आणि त्याचं कल्याण होईल. पण एरवी गरिबांसाठी कनवाळू असलेला सूरदास या कारणासाठीसुद्धा जास्त वेळ गाणं गात नसे.

एकदा शशिकांत नावाच्या एका रसिकाने सूरदासाला निमंत्रण दिले. सूरदासने ते स्वीकारले. शशिकांतला खूप आनंद झाला. त्याने त्याचं साधंसं

घर सूरदासाच्या स्वागतासाठी सज्ज केलं. त्याचे कुटुंबीय, शेजारी, नातेवाईक सारे जमले. सूरदासाने वेळेवर गाणं सुरू केलं. त्याचा स्वर्गीय स्वर ऐकताना सारेच गुंग झाले. एक तास झाल्यावर सूरदासाने गाणं थांबवलं. सारे जण भानावर आले. पण तेवढ्यात शशिकांत अचानक म्हणाला, ''महाराज, हा राग तरी पूर्ण करावा. असं अपूर्ण गाऊ नका.'' हे सांगताना शशिकांतचे डोळे पाण्याने डबडबले होते. प्रत्यक्ष सूरदासाला शशिकांत असं सांगतोय हे पाहून साऱ्यांनाच आश्चर्य वाटले. सूरदास आता शशिकांतवर रागावून निघून जाणार असं साऱ्यांना वाटलं. पण सूरदास हसला. त्याने पुन्हा बैठक जमविली आणि तो पुढे गाऊ लागला. सारेच, विशेषत: शशिकांत डोळे मिटून पुन्हा तन्मयतेने स्वरसागरात डुंबू लागला.

गोष्ट इथे थांबवून वेताळ राजा विक्रमाला म्हणाला, ''विक्रमा, सूरदासाचं हे वागणं फारच अनाकलनीय वाटत नाही. प्रत्यक्ष राजाची विनंती त्याने मानली नाही आणि एका साध्या माणसाच्या विनंतीवर त्याने जास्त वेळ गाणं गायलं. की शशिकांतच्या गरिबीमुळे त्याचं मन द्रवलं? की अजून काही कारण आहे? याचं योग्य उत्तर काय ते तुला माहीत असेल तर सांग आणि तुला याचं उत्तर माहीत असूनही जर तू सांगितलं नाहीस, तर अर्थातच तुझ्या डोक्याची हजार शकलं होऊन तुझ्याच पायावर पडतील, हे लक्षात आहे ना.''

राजा विक्रमाने क्षणभर विचार केला आणि तो म्हणाला, ''हो, सूरदासाने जे केलं त्याचं कारण मला माहीत आहे. जेव्हा तो निसर्गाच्या सान्निध्यात गाणं गात असे तेव्हा

निसर्गाशी एकरूपतेने त्याला काळवेळाचं भान राहत नसे. जेव्हा तो जनसमुदायामध्ये गाणं गात असे तेव्हा त्याची श्रोत्यांबरोबर ती एकरूपता साधत नसे; कारण सुरांबाबतचे अज्ञान, दिखाऊपणा असे. याउलट शशिकांतला सुरांचं ज्ञान होतं, तो गाण्याशी एवढा एकरूप झाला होता की गाणं अपूर्ण राहणं त्याला सहन झालं नाही. अशाच खऱ्या रसिकांसाठी सूरदास कितीही वेळ गाऊ शकत होता.''

राजाचं हे उत्तर ऐकून वेताळाने मान डोलावली. हसून तो म्हणाला, ''बरोबर सांगितलस राजा, पण आपलं काय ठरलं होतं? उत्तर बरोबर आलं तरी तू बोललास. तर आता मी जाणार. चाललो मी परत... हीऽऽ हीऽऽ!''

स्मशानाच्या दिशेने अंधारात झेप घेत वेताळ अदृश्य झाला. राजा विक्रमाने आपले खांदे झटकून वेताळ गेला त्या दिशेला पाहिले आणि वेताळाला आणण्यासाठी तो पुन्हा स्मशानाच्या दिशेने चालू लागला.

कृतघ्न चंदन

त्या रात्री स्मशानात मिट्ट काळोख पसरला होता. कधी फिदिफिदि हसण्याचा आवाज, तर कधी किंकाळ्यांनी तो परिसर दणाणून जात होता. एखाद्या शूरवीरालाही भीतीने घाम फुटावा अशा त्या वातावरणात राजा विक्रम मात्र निधड्या छातीनं एकेक पाऊल पुढे टाकत होता. थोड्याच वेळात नेहमीच्याच जुनाट झाडावर उलट्या लटकणाऱ्या वेताळाला खांद्यावर टाकून तो परतीची वाट चालू लागला. चकित होऊन वेताळ म्हणाला, ''राजा, तुझ्या कृतीचं कारण मला कळत नाही. काही काही माणसं अतिशय कृतघ्न असतात. पण तू तर कुणाच्या कृतज्ञतेपोटी हे कंटाळवाणं काम करतोयस, हेही मला सांगत नाहीस. ठीक आहे मी तुला एका कृतघ्न मुलाची गोष्ट सांगतो. मग तूच सांग तो कृतघ्न आहे की नाही ते. अर्थात जर काही न बोलता तू मला नेणार असलास, तरच मी येईन. नाहीतर निघून जाईन हे तुला चांगलंच माहीत आहे.''

राजाने होकारादाखल मान हलवली

आणि तो चालू लागला. वेताळाने कृतघ्न चंदनची गोष्ट सांगायला सुरुवात केली.

माधवपूर नावाच्या एका गावात चंदन नावाचा एक दहा वर्षांचा मुलगा राहत होता. गरिबीमुळे त्याचे आईवडील त्याला शिक्षणासाठी गुरुगृही पाठवू शकत नव्हते. मात्र चंदन हुशार होता. तो बरोबरीच्या मुलांशी खेळताना, घरातील-आजूबाजूची मोठी माणसं यांच्या बोलण्यातून ऐकून शिकत होता.

एकदा चंदन त्याच्या मित्रांबरोबर चेंडूने खेळत होता. खेळताना चेंडू जोरात जाऊन चिखलात पडला. एवढंच नाही तर तिथूनच जाणाऱ्या रामस्वामी नावाच्या एका संतापी माणसाच्या अंगावर त्यामुळे चिखल उडाला. रामस्वामीला पाहताच बाकीची मुलं घाबरली. पण चंदनने पुढे जाऊन त्यांची माफी मागितली. हा मुलगा आपल्याला न घाबरता येऊन बोलला याचं रामस्वामीला आश्चर्य वाटलं. तो म्हणाला, ''मी तुझ्यावर संतापेन याची तुला भीती नाही वाटली?'' चंदन म्हणाला, ''नाही, चंद्रप्रकाश कुणाला भाजून काढतो का?'' रामस्वामीला त्याच्या बोलण्याचं आश्चर्य वाटलं. तो म्हणाला, ''मी चंद्र आहे हे तू कशावरून सांगतो आहेस, मी सूर्याप्रमाणे भाजूनही काढू शकतो तुला.'' चंदन म्हणाला, ''जर तुम्ही सूर्य असतात तर तुमच्याकडे पाहणंही शक्य झालं नसतं, मग डाग पाहणं तर दूरच. पण मी तुमच्याकडे पाहू शकतो आणि तुमच्या कपड्यांवर चंद्राप्रमाणे डाग शोभा देत

आहेत.'' एवढ्याशा मुलाचे हे चतुर उद्गार ऐकून रामस्वामी चकित झाला. तो म्हणाला, ''बरं मग या चंद्राचा प्रकाश घेण्यासाठी रोज संध्याकाळी माझ्या घरी येत जा. मी तुला रोज विद्या देत जाईन.'' चंदनला खूप आनंद झाला. त्याने घरी येऊन आईवडिलांना ही बातमी सांगितली. त्यांनाही आपल्या मुलाला उत्तम गुरूकडून विद्या मिळणार याचे समाधान वाटले. चंदन दररोज रामस्वामीकडे जाऊ लागला.

अशीच काही वर्षं गेली. चंदन अठरा वर्षांचा झाला. एक दिवस संध्याकाळी चंदन घरी परतत असताना त्याने एक गुंड एका माणसाला चाकूने धमकावताना पाहिलं. चंदन लगेचच त्या माणसाच्या मदतीसाठी गेला. त्याने चाकू हातात असलेल्या गुंडावर असा काही हल्ला केला की त्याच्या हातातला चाकू लांब जाऊन पडला आणि तो गुंड जोरात खाली पडला. त्याबरोबर त्या माणसाने आपली सुटका करून घेतली आणि दोघांनी मिळून त्या गुंडाला जेरबंद केलं. चंदनने ज्या माणसाला सोडवलं तो गावातला श्रीमंत व्यापारी होता. तो चंदनवर फारच खूश झाला. त्याने त्याला काय बक्षीस हवं म्हणून विचारलं. पण चंदन म्हणाला, ''सध्या तरी मला धनाची गरज नाही. नंतर कधी गरज असली तर मी मागून घेईन.'' तो श्रीमंत ठीक आहे म्हणाला.

चंदनने पकडून दिलेला गुंड हा त्या भागातला कुप्रसिद्ध गुंड होता. अशा गुंडाला

पकडून देणारा चंदन नक्कीच कुस्ती, युद्धशास्त्र यात प्रवीण असला पाहिजे असे सर्वांना वाटलं. पण चंदन म्हणाला, "मला यातलं काहीच येत नाही. फक्त त्या माणसाला सोडवायचं म्हणून मी पुढे गेलो." त्याचं हे बोलणं ऐकून गोवर्धन नावाचा एक कुस्तीगीर पुढे आला. तो म्हणाला, "पोरा, न शिकता पण तुला एवढं येत असेल तर मी तुला कुस्ती शिकवली, तर तू कुणालाही हार जाणार नाहीस. ये उद्यापासून माझ्या तालमीत." मग चंदन गोवर्धनच्या तालमीत कुस्तीचे डाव शिकायला जायला लागला. लवकरच तो कुस्तीमध्येही निपुण झाला. अशा प्रकारे शस्त्र व शास्त्र अशा दोन्हीमध्ये कुशल चंदनचे नाव गावात सर्वतोमुखी झालं.

शिक्षण पूर्ण झाल्यावर चंदनला वाटलं की आता आपल्या गुरूंना गुरुदक्षिणा द्यावी. त्याने दोघांनाही तसं विचारलं. पण दोघेही म्हणाले की नुकतंच तुझं शिक्षण संपलं आहे. तुझं स्वत:चं कर्तृत्व सिद्ध कर आणि मग आम्ही आमची गुरुदक्षिणा घेऊ. चंदनने ते मान्य केलं.

काही दिवसांतच राजाकडून गावोगावी एक दवंडी देण्यात आली. राजाने राजधानीमध्ये युद्धकला व विद्वत्‌चर्चा आयोजित केली असून दोन्ही स्पर्धा जिंकणाऱ्या तरुणाशी राजकन्या विवाह करेल, असं दवंडीमध्ये सांगण्यात आलं. चंदनला वाटलं की आपण स्पर्धेत भाग घ्यायला काय हरकत आहे. केवळ

जिंकण्याच्या हेतूने नाही, तर देशोदेशींचे पराक्रमी व हुशार युवक येतील त्यांच्याशी स्पर्धा करता येईल, काही नवीन गोष्टी शिकता येतील. पण भाग घेण्यासाठी एक हजार सुवर्णमुद्रा असं शुल्क होतं. ज्यांना जिंकण्याची खात्री आहे त्यांनीच भाग घ्यावा, या हेतूने राजाने असं शुल्क ठेवलं होतं. या वेळी चंदनला गुंडाच्या तावडीतून सोडवलेल्या श्रीमंत माणसाची आठवण झाली. तो आपल्याला एक हजार सुवर्णमुद्रा देईल, या हेतूने तो त्याच्याकडे गेला. त्याने अर्थातच त्याला तेवढ्या सुवर्णमुद्रा दिल्या. चंदन म्हणाला, ''खूप आभारी आहे. शक्य होईल तेव्हा मी तुमच्या सुवर्णमुद्रा नक्की परत करेन.''

चंदन स्पर्धेत भाग घेण्यासाठी राजधानीत गेला. तिथे देशोदेशींचे राजकुमार, सरदारपुत्र आणि अनेक युवक जमले होते. स्पर्धा सुरू झाल्या. चंदन एकेक स्पर्धा जिंकत चालला होता. अखेर शस्त्रस्पर्धेचा तो विजेता झाला. मग त्याला शास्त्रस्पर्धेच्या विजेत्याशी जिंकायचं होतं. त्या दोघांमध्येही शस्त्र आणि शास्त्रस्पर्धा झाली. शेवटच्या या अटीतटीच्या लढतीत आपल्या गुरूंनी दिलेलं ज्ञान आठवून अखेर चंदनच बाजी जिंकला. चंदनचा आपल्या डोळ्यांवर विश्वास बसेना. एका छोट्या गावातून आलेला आलेला गरीब चंदन आपल्या कर्तृत्वावर राजाचा जावई बनणार होता. त्याचं हे यश पाहून त्याच्या आईवडिलांच्या डोळ्याचं पारणं फिटलं. सर्वत्र आनंदीआनंद झाला.

गावकऱ्यांनी चंदनला मिरवणुकीतून गावात आणलं. गावातले सारे जण त्याला भेटायला, कौतुक करायला येऊ लागले. रामस्वामी पण आले. त्यांना त्यांच्या शिष्याचा खूपच अभिमान वाटत होता. चंदन म्हणाला, ''गुरुजी आज तरी माझ्याकडे गुरुदक्षिणा मागावी. आज मी कर्तृत्वाने मोठा झालो आहे.'' रामस्वामी म्हणाले, ''ठीक आहे. तू मला राज्याचा मुख्य प्रधान कर.'' रामस्वामीची ही इच्छा ऐकून चंदन विचारात पडला. तो म्हणाला, ''गुरुजी प्रधानपदासाठी महाराजांनी काही निकष ठरविले असतील. ते आपण पूर्ण केले तरच आपण प्रधान होऊ शकाल. त्याऐवजी तुम्ही आपल्या गावात गुरुकुल स्थापन करण्यासाठी धन मागू शकता. माझ्या वैयक्तिक मिळकतीतून ते मी देईन.'' हे ऐकताच रामस्वामी चिडले. ते म्हणाले, ''तू महाराजाचा जावई होणार म्हणून माझे ऋण विसरून गेलेला दिसतो आहेस. मी तुला शिकवलं म्हणून तू इथे पोहोचला आहेस. असा कृतघ्नपणा तू करशील असं मला वाटलं नव्हतं.'' चंदनशी काही न बोलता ते रागाने निघून गेले.

नंतर गोवर्धन चंदनला भेटायला आला. त्यालाही चंदनने गुरुदक्षिणा मागण्याची विनंती केली. त्याने गुरुदक्षिणा म्हणून चंदनकडे सेनापती पद मागितलं. चंदनला आश्चर्य वाटलं. तो म्हणाला, ''ही नियुक्ती महाराज करतात. मी त्यांचा भावी जावई

आहे. म्हणून मी तुमच्या नियुक्तीचा आग्रह धरणं बरोबर नाही. तुम्ही महाराजांना भेटा आणि त्यांना तुमची इच्छा सांगा.'' चंदनचं हे बोलणं ऐकून गोवर्धनही चिडून तिथून निघून गेला. काही वेळानंतर चंदनला एक हजार सुवर्णमुद्रा देणाऱ्या श्रीमंताचं आगमन झालं. त्याला पाहून चंदनला आनंद झाला. तो म्हणाला, ''तुम्ही दिलेल्या सुवर्णमुद्रांमुळे मी स्पर्धेत भाग घेऊ शकलो. आता तुम्ही दुप्पट सुवर्णमुद्रा स्वीकारून मला ऋणातून मुक्त करावं.'' तो श्रीमंत म्हणाला, ''चंदन, त्यापेक्षा तू माझ्या कन्येचा पत्नी म्हणून स्वीकार केलास तर मला जास्त आनंद होईल.''

श्रीमंताचं हे बोलणं चंदनला अगदीच अनपेक्षित होते. तो म्हणाला, ''माझा राजकन्येशी विवाह ठरला आहे. तयारी सुरू आहे आणि पुढील महिन्यात विवाह होणारही आहे. अशा वेळी आपल्या कन्येशी विवाह ठरविणं मला योग्य वाटत नाही.'' चंदनचं हे उत्तर ऐकताच श्रीमंत चिडून म्हणाला, ''तुला राज्यप्राप्तीचा लोभ आहे म्हणून तू माझ्या कन्येला नकार देतोयस. माझ्या मदतीमुळेच तू या स्पर्धेत भाग घेऊ शकलास. पण ही तुझ्या अडचणीच्या काळात तुला केलेली मदत तू विसरलायस.'' तोही काही न बोलता तिथून निघून गेला. गोष्ट इथे थांबवून वेताळ

राजा विक्रमाला म्हणाला, ''राजा, आपले गुरू, उपकारकर्ता यांच्या इच्छेला मान न देऊन चंदनने कृतघ्नपणाचा कळस केला आहे. त्यांच्या मागण्या मान्य करणं चंदनला शक्य होते तरीही त्याने त्या अमान्य केल्या. याचं योग्य उत्तर काय ते तुला माहीत असेल तर सांग. तुला याचं उत्तर माहीत असूनही तू सांगितलं नाहीस, तर अर्थातच तुझ्या डोक्याची हजार शकलं होऊन तुझ्याच पायावर पडतील, हे लक्षात आहे ना.''

राजा विक्रमाने क्षणभर विचार केला आणि तो म्हणाला, ''हो, मला याचं उत्तर माहीत आहे. चंदनने केलं ते अगदी बरोबर केलं. त्याने गुरूंना योग्य दक्षिणा द्यायला हवी हे खरं आहे आणि ते देण्याची तयारी त्याने दाखवली होती. पण गुरूंनी जे मागितलं ते चंदनच्या दृष्टीने त्याच्या अधिकारात नव्हतं. आणि भविष्यात चंदनला नियुक्तीचे अधिकार मिळाले तरी त्या पदासाठी असलेले निकष पूर्ण केल्याशिवाय तो कोणत्याही व्यक्तीला, अगदी त्याच्या गुरूंनाही त्या पदांवर नियुक्त करणार नव्हता, हे त्याच्या वागण्यावरून जाणवत होतं. श्रीमंताच्या कन्येशी विवाह करणंसुद्धा या परिस्थितीत योग्य नव्हतं. एकतर श्रीमंताने आधीच हा प्रस्ताव चंदनसमोर मांडला असता तर आणि त्याने तो स्वीकारला असता, तर गोष्ट वेगळी होती. राजकन्येशी विवाह करण्याचं निश्चित झाल्यानंतर दुसरा प्रस्ताव स्वीकारणं ही गोष्ट नक्कीच

अयोग्य ठरते.''

राजाचं हे उत्तर ऐकून वेताळाने मान डोलावली. हसून तो म्हणाला, ''बरोबर सांगितलंस राजा, पण आपलं काय ठरलं होतं? उत्तर बरोबर आलं तरी तू बोललास. तर आता मी जाणार. चाललो मी परत... हीऽऽ हीऽऽ!''

स्मशानाच्या दिशेने अंधारात झेप घेत वेताळ अदृश्य झाला. राजा विक्रमाने आपले खांदे झटकून वेताळ गेला त्या दिशेला पाहिलं आणि वेताळाला आणण्यासाठी तो पुन्हा स्मशानाच्या दिशेने चालू लागला.

भावी राजा

त्या रात्री स्मशानात मिट्ट काळोख पसरला होता. कधी फिदिफिदि हसण्याचा आवाज, तर कधी किंकाळ्यांनी तो परिसर दणाणून जात होता. एखाद्या शूरवीरालाही भीतीने घाम फुटावा अशा त्या वातावरणात राजा विक्रम मात्र निधड्या छातीनं एकेक पाऊल पुढे टाकत होता. थोड्याच वेळात नेहमीच्याच जुनाट झाडावर उलट्या लटकणाऱ्या वेताळाला खांद्यावर टाकून तो परतीची वाट चालू लागला. चकित होऊन वेताळ म्हणाला, ‘‘राजा, त्या विष्णुशर्मासारखं तुझ्या कृतीचं कारण मला कळत नाही. असं करण्यामागे तुझा कोणता लाभ आहे हे मला कळलं नाही अजून. अर्थात जर काही न बोलता तू मला नेणार असलास, तरच मी येईन. नाहीतर निघून जाईन हे तुला चांगलंच माहीत आहे.’’

राजाने होकारादाखल मान हलवली आणि तो चालू लागला. वेळ घालवण्यासाठी वेताळाने विष्णुशर्माची गोष्ट सांगायला सुरुवात केली -

सोनपूर नावाच्या राज्यात सुकीर्ती

नावाचा राजा राहत होता. त्याला अजय आणि विजय नावाचे दोन मुलगे होते. अजय आणि विजयचं शिक्षण राजगुरूंकडून पूर्ण झालं होतं. राजानंतर राज्यकारभार सांभाळण्यासाठी ज्येष्ठतेच्या निकषानुसार अजयचं नाव पुढे येत होतं, कारण तो विजयपेक्षा वयाने मोठा होता. मात्र सारासार विचार, समज यात कमी होता. यामुळे तो उत्तम प्रकारे राज्य सांभाळू शकेल का, याबद्दल शंका होती. मात्र राणीचा ओढा अजयकडे होता. अजयलाच युवराज्याभिषेक व्हावा अशी तिची इच्छा होती.

एक दिवस राणीने विष्णुशर्मा नावाच्या एका गुरूंची कीर्ती ऐकली. त्यांच्याकडून शिक्षण प्राप्त झालं तर अजयमध्ये सुधारणा होईल अशी तिला आशा वाटली. तिने राजाला हे सांगितले आणि अजयला त्या गुरूंकडे पाठवण्याचा आग्रह धरला. राजालाही वाटलं की पाहू काही सुधारणा होते का. मात्र विष्णुशर्मा अतिशय कडक स्वभावाचे शिक्षक मानले जात. त्यांना योग्य वाटलेल्या शिष्यालाच ते शिकवत. बाकीच्यांना ते परत पाठवत. त्यांच्या आश्रमात शिष्यांना कष्टाची कामं करावी लागत. गुरूंनी दिलेला अभ्यास वेळच्या वेळी पूर्ण करावा लागे. यामुळे त्यांच्याकडे राहून शिक्षण घेणे ही सोपी गोष्ट नव्हती. यामुळे विजयचं शिक्षण जरी पूर्ण झालं असलं तरी अजयला सोबत व्हावी म्हणून त्यालाही पाठवायचं ठरलं.

लवकरच अजय, विजय विष्णुशर्मा यांच्या आश्रमात रवाना झाले. साधारण पंधरा दिवस झाल्यानंतर राजा व राणी त्यांना भेटायला आश्रमात गेले. या दोघांचं

शिक्षण कसं सुरू आहे तेही समजेल असा त्यांचा उद्देश होता. ते आश्रमात पोहोचले तेव्हा अजय समोरच होता. तो अतिशय आनंदात होता. राजाराणीला पाहून तो त्यांच्या स्वागताला पुढे आला. राजा म्हणाला, ''कसा आहेस तू? इथलं तुझं शिक्षण कसं सुरू आहे?'' अजय म्हणाला, ''खूप मजा आहे इथे. आम्हाला गुरुजी रोज छान गोष्टी सांगतात. माझ्या तर सगळ्या गोष्टी एकदाच ऐकून पाठ झाल्या. थांबा तुम्हाला सांगतो.'' अजयने भराभर सर्व गोष्टी ऐकवल्या. पण त्या गोष्टी ऐकून त्यांना आनंद झाला नाही. त्या सर्व मूर्खपणाच्या गोष्टी होत्या. त्या गोष्टींचं सार अजयला समजलं नव्हतं आणि सांगता येत नव्हतं. तो नुसताच हसत हसत गोष्टी सांगत होता.

तेवढ्यात विजय तिथे आला. तो अतिशय उदास आणि काळजीत दिसत होता. राजाने त्याची चौकशी केली. तो म्हणाला, ''मी आजवर जे काही शिकलो ते व्यर्थ आहे असं मला इथे आल्यावर जाणवतंय. जीवनाच्या खऱ्या विद्येचं शिक्षण मला अजून घ्यायचं आहे. त्यामुळे गुरूंनी परवानगी दिली तर मी इथे राहून खूप काही शिकेन.''

तेवढ्यात तेथे विष्णुशर्मा यांचं आगमन झालं. राजा आणि राणी यांना पाहून ते म्हणाले, ''तुमचं स्वागत आहे. मी जरा साधना करत होतो म्हणून आपल्या भेटीला

लगेच येऊ शकलो नाही.'' राजा म्हणाला, ''ठीक आहे गुरुजी, उलट आम्हीच आपल्या साधनेत व्यत्यय आणला नाही ना. आम्ही आमच्या मुलांच्या प्रगतीबाबत आपल्याशी बोलायला आलो आहोत. अजय आणि विजय दोघेही उत्तम प्रगती करत आहेत ना?''

विष्णुशर्मा जरा गंभीर झाले. ते म्हणाले, ''अजय एकपाठी आहे. जे शिकवू ते त्याचं लगेच पाठ होतं. विजयला जरा वेळ लागतो. पण मला वाटतं की, अजयला माझ्याकडून शिकून घेण्यासारखं काही नाही. तुम्ही त्याला परत घेऊन जा. विजयला मात्र खूप शिकावं लागेल. त्याला इथे राहू द्या.''

''पण गुरुजी, अजयची स्मरणशक्ती एवढी तीव्र आहे. तर तुम्ही त्यालाही का शिकवत नाही. तो राज्याचा भावी राजा होऊ शकतो. राजाचं हे बोलणं ऐकून विष्णुशर्मा किंचित क्रोधित झाले. ते म्हणाले, ''मी जे सांगितलं तेच योग्य आहे. आता मला यावर काहीही बोलायचं नाही. मला आता प्रार्थनेसाठी जायचं आहे.'' असं म्हणून ते तडक आश्रमाकडे निघून गेले.

गोष्ट इथे थांबवून वेताळ राजा विक्रमाला म्हणाला, ''विक्रमा, विष्णुशर्मांनी अजयला जास्त शिकवायला हवं होतं असं तुला नाही वाटत? याचं योग्य उत्तर काय ते तुला माहीत असेल तर सांग आणि तुला याचं उत्तर माहीत असूनही जर तू सांगितलं नाहीस, तर अर्थातच तुझ्या डोक्याची हजार शकलं होऊन तुझ्याच

डोक्यावर पडतील, हे लक्षात आहे ना.''

राजा विक्रमाने क्षणभर विचार केला आणि तो म्हणाला, ''हो, मला याचं कारण माहीत आहे. अजयची स्मरणशक्ती तीव्र होती; पण या शक्तीचा उपयोग कसा करावा याची समज त्याला नव्हती. त्यामुळे त्याला मिळालेल्या ज्ञानाचा तो विपरीत उपयोग करून संकटं निर्माण करू शकत होता. पहिले पंधरा दिवस विष्णुशर्मांनी त्याला मूर्खांच्या लक्षणांविषयी गोष्टी सांगून जागरूक करण्याचा प्रयत्न केला. पण त्याच्यात काहीच फरक पडला नाही. हे उघडपणे राजाला सांगणे विष्णुशर्मा यांना अवघड वाटले. असा मुलगा भावी राजा होऊ शकतो, या राजाच्या कल्पनेची त्याला कीव वाटली आणि ते क्रोधित झाले.

राजाचं हे उत्तर ऐकून वेताळाने मान डोलावली. हसून तो म्हणाला, ''बरोबर सांगितलंस राजा, पण आपलं काय ठरलं होतं? उत्तर बरोबर आलं तरी तू बोललास. तर आता मी जाणार. चाललो मी परत.... हीऽऽ हीऽऽ!''

स्मशानाच्या दिशेने अंधारात झेप घेत वेताळ अदृश्य झाला. राजा विक्रमाने आपले खांदे झटकून वेताळ गेला त्या दिशेला पाहिले आणि वेताळाला आणण्यासाठी तो पुन्हा स्मशानाच्या दिशेने चालू लागला.

विक्रम वेताळ
मालिका
भाग ३

ज्योतिषाचं नशीब

आणि

इतर कथा

वैशाली कार्लेकर

हे पुस्तक **माझं** आहे.

....

....

मेहता पब्लिशिंग हाऊस

JYOTISHACHA NASHIB ANI ETAR KATHA by Vaishali Karlek

ज्योतिषाचं नशीब आणि इतर कथा / बालसाहित्य
वैशाली कार्लेकर

प्रकाशक : सुनील अनिल मेहता
मेहता पब्लिशिंग हाऊस,
१९४१, सदाशिव पेठ, माडीवाले कॉलनी, पुणे ३०.
☎ ०२०-२४४७६९२४
E-mail : author@mehtapublishinghouse.com
Website : www.mehtapublishinghouse.com

मुद्रक : स्पेक्ट्रम ऑफसेट, एरंडवणा, पुणे ०४.

प्रथमावृत्ती : जानेवारी, २०१२ / पुनर्मुद्रण: एप्रिल, २०१९

मुखपृष्ठ व आतील चित्रे
घन:श्याम देशमुख

किंमत : ₹ ७०

(४ पुस्तकांचा संच)

ज्योतिषाचं नशीब

त्या रात्री स्मशानात मिट्ट काळोख पसरला होता. कधी फिदिफिदि हसण्याचा आवाज, तर कधी किंकाळ्यांनी तो परिसर दणाणून जात होता. एखाद्या शूरवीरालाही भीतीनं घाम फुटावा अशा त्या वातावरणात राजा विक्रम मात्र निधड्या छातीनं एकेक पाऊल पुढे टाकत होता. नेहमीच्याच जुनाट झाडावर उलट्या लटकणाऱ्या वेताळाला खांद्यावर टाकून तो परतीची वाट चालू लागला.

चकित होऊन वेताळ म्हणाला, ''राजा, पुन्हापुन्हा हे अवघड काम तू का करतो आहेस? जर काही न बोलता तू मला नेणार असलास, तरच मी येईन. नाहीतर निघून जाईन हे तुला चांगलंच माहीत आहे.''

राजानं होकारादाखल मान हलवली आणि तो चालू लागला. वेताळानं नवी गोष्ट सांगायला सुरुवात केली.

सीतापूरमध्ये भास्कर नावाचा एक सुस्वभावी तरुण राहत होता. त्याच्या चांगल्या वर्तवणुकीमुळे प्रभावित होऊन त्याच गावातल्या एका गृहस्थानं आपल्या मुलीशी लग्न करण्याचा प्रस्ताव त्याच्यापुढे ठेवला. परंतु तोपर्यंत भास्करला नोकरी मिळालेली नव्हती. उत्पन्नाचं काहीच साधन नसल्यामुळे त्यानं लग्नाला नकार दिला. त्या गृहस्थानं मात्र भास्करला आपला जावई करून घेण्याचा चंगच बांधला होता. त्यानं श्रीधर नावाच्या प्रसिद्ध ज्योतिषाला भास्कर आणि मुलगी संध्या यांची पत्रिका दाखवली. संध्याशी लग्न झाल्यावर जर भास्कर जवळच्या माणिकपूर या शहरात गेला तर तिथे त्याला उत्पन्नाचं साधन नक्की मिळेल असं भविष्य श्रीधरनं सांगितलं. ते ऐकून संध्याचे वडील भास्करच्या वडिलांना भेटायला आले. ज्योतिषी श्रीधरनं सांगितलेलं भविष्य ऐकून भास्करचे वडीलही त्या दोघांचा विवाह करून द्यायला तयार झाले. अखेर वडिलधाऱ्या माणसांच्या आग्रहानं भास्करही विवाहाला तयार झाला.

दोघांचा विवाह पार पडला. विवाहानंतर भास्कर पत्नीसह माणिकपूरला आला. राहायच्या जागेचा प्रश्न होता. जवळ फारसे पैसे नसल्यामुळे जागा मिळत नव्हती. फिरता-फिरता त्याला एका मोठ्या सावकाराचा बंगला दिसला. त्यानं त्या

सावकाराला राहायला एखादी खोली देण्याची विनंती केली. नोकरी मिळाली की लगेच मी पुढच्या दोन्ही महिन्यांचंही भाडं देईन असं त्यानं सांगितलं. सावकार दयाळू होता. तो म्हणाला, "मी तुला राहायला जागा देईन पण एका अटीवर राम, श्याम, नरेंद्र आणि किरण असे चारजण माझे देणेकरी आहेत. या चौघांकडे माझी खूप रक्कम अडकलेली आहे. यापैकी कोण मला आजच्या आज रक्कम परत करु शकेल हे तू सांगायचं. जर तसं घडलं तरच मी तुला राहायला जागा देईन." सावकाराची अट ऐकून भास्कर विचारात पडला. या चौघांना तो ओळखतही नव्हता पण काहीतरी उत्तर देणं भाग होतं. त्यानं नरेंद्र असं उत्तर दिलं. त्याप्रमाणे सावकार नरेंद्रकडे गेला. सावकार येताच नरेंद्रनं त्याचं स्वागत करून सर्व रक्कम त्याला परत केली. खूप दिवस रेंगाळलेली वसुली झाल्यामुळे सावकार खूष झाला आणि त्यानं भास्करला राहायला जागा दिली.

या घटनेमुळे भास्करच्या आयुष्याला एक वेगळंच वळण दिलं. सावकार अनेक महत्त्वाच्या कामांसाठी भास्करचा सल्ला घेऊ लागला. हळूहळू भास्करला

भविष्यातल्या घटना कळतात, महत्त्वाची कामं त्याच्या सल्ल्यानं पार पडतात. ही बातमी शहरभर पसरली. अनेक लोक त्याचा सल्ला घ्यायला, भविष्य विचारायला येऊ लागले. त्यातून त्याला चांगली अर्थप्राप्ती होऊ लागली. आपल्याला भविष्यकथन येत नाही हे भास्करला माहीत होतं. पण सारासार विचार करून किंवा कधीकधी अंदाजे सांगूनही आपलं म्हणणं खरं ठरतं हे त्याला माहीत होतं. केवळ नशिबाची साथ असल्यामुळेच हे घडत आहे हेही तो ओळखून होता. त्यामुळेच उद्या नशिब फिरलं तर आपलं भविष्यकथन खोटं ठरायला वेळ लागणार नाही. या विचारानं एखादा दुसरा व्यवसाय सुरू करण्याचा तो विचार करू लागला. संध्याला मात्र आपला पती भविष्यकथनात निष्णात आहे असंच वाटत होतं. भास्करनं तिला कितीही समजावलं तरी तिला ते खरं वाटत नव्हतं.

एक दिवस सीतापूरचे प्रसिद्ध ज्योतिषी श्रीधर स्वत: भास्करच्या घरी आले. भास्करच्या भविष्यकथनाचं त्यांनी तोंडभरून कौतुक केलं. त्यांनीच भास्करची पत्रिका पाहून त्याला माणिकपूरला जाण्याचं सुचवलं होतं हे त्यांना आठवत होतं. भास्करनंही त्यांचं प्रेमानं स्वागत केलं. ज्योतिषी श्रीधर यांनी त्यांच्या भेटीचा हेतू स्पष्ट केला. ते

म्हणाले, "मला तुझ्या सल्ल्याची गरज आहे म्हणून मी तुला भेटायला आलो आहे. सीतापूरमधल्या लक्ष्मण या शेतकऱ्याची पाच एकर जमीन त्याला विकायची आहे. त्या जमिनीची किंमत ५०० सोन्याच्या मोहोरा इतकीच आहे पण मला तो १००० सोन्याच्या मोहरा देण्याचा आग्रह धरत आहे." "पण त्यानं एवढी जास्त किंमत मागण्याचं कारण काय?" भास्करनं विचारलं. "ती एक मोठी हकीकत आहे." ज्योतिषी श्रीधर सांगू लागले. "काही दिवसांपूर्वी लक्ष्मणची परिस्थिती खूप हलाखीची होती. त्यावेळी तो माझ्याकडे भविष्य विचारायला आला होता. मी त्याला सांगितलं की यावर्षी शेतात चांगलं पीक येईल आणि तुझं सर्व कर्ज फिटेल. मुलालाही चांगली नोकरी लागेल आणि तुझ्या जमिनीत तुला गुप्तधनही सापडेल. माझी सर्व भविष्यवाणी खरी ठरली पण फक्त गुप्तधन मात्र सापडलं नाही. लक्ष्मणला आता जमीन विकून शहरात जायचं आहे. त्याचं म्हणणं आहे की जर माझं भविष्य खरं असेल तर या जमिनीची किंमत खूप जास्त यायला हवी, निदान १००० मोहरा तरी मिळाव्या असं त्याला वाटत आहे. मी जमीन विकत घेतली नाही तर तो इतरांना गुप्तधनाचं भविष्य सांगून तीच जमीन खूप जास्त किंमतीला विकणार आहे. याबाबत काय करावं हे विचारायला मी इथं आलो आहे."

ज्योतिषी श्रीधर यांचं म्हणणं ऐकून भास्करला आश्चर्य वाटलं. तो म्हणाला, ''पंडितजी आपण तर खूप मोठे भविष्यकार आहात आणि मला तर भविष्यातलं काही कळत नाही. अशा वेळी मी आपल्याला काय सांगू?''

''पण बेटा तू उच्चारलेली भविष्यवाणी खरी होते यावर माझा पूर्ण विश्वास आहे त्यामुळे तुझ्या सल्ल्याप्रमाणेच मी निर्णय घेणार आहे.'' ज्योतिषी श्रीधर हसत म्हणाले. भास्करची पंचाईत झाली. त्याला काहीतरी उत्तर देणं भाग होतं. शेवटी त्यांना ती जमीन १००० मोहरा देऊन विकत घ्यावी असं सुचवलं. भास्करचा निरोप घेऊन श्रीधर सीतापूरला परत गेले.

भास्करची पत्नी संध्या या दोघांचं बोलणं लक्षपूर्वक ऐकत होती. तिच्या डोक्यात एक वेगळीच योजना आली. ती भास्करला म्हणाली, ''जर त्या जमिनीत गुप्तधन असेल तर आपणच ती जमीन श्रीधर यांच्याकडून विकत घेऊया. म्हणजे आपण खूप श्रीमंत होऊ. पण त्यासाठी किमान ५००० सोन्याच्या मोहरा तरी हव्या.'' भास्कर म्हणाला, ''मग त्यासाठी आपण भविष्यकथन सोडून राजधानीत जाऊन एखादा व्यवसाय करून पैसे जमवू.'' संध्याची ही कल्पना भास्करला पसंत पडली.

लवकरच त्यांनी राजधानीत जाऊन दुसरा व्यवसाय सुरू केला. काही काळातच

व्यवसायात चांगली भरभराट झाली आणि त्यांच्याकडे ५००० सोन्याच्या मोहरा जमा झाल्या. लवकरच त्या मोहरा घेऊन भास्कर आपल्या गावात म्हणजे सीतापूरला आला. त्याला भेटून वडिलांना खूप आनंद झाला. ते म्हणाले, "आज सर्व गावकऱ्यांना ज्योतिषी श्रीधर यांच्याकडे भोजनासाठी निमंत्रण आहे. नुकताच त्यांना जमिनीमध्ये मोठा गुप्तधनाचा हंडा सापडला. एक हजार मोहरा देऊन विकत घेतलेल्या जमिनीत पन्नास हजार सोन्याच्या मोहरा मिळाल्या या नशिबाला काय म्हणावं? नक्कीच त्यांना भविष्यकथनाच्या अभ्यासातून याचे संकेत मिळाले असणार."

ही बातमी ऐकताच भास्कर एकदम गप्प झाला. आता आपला व्यवसाय पुढे चालू ठेवावा की पुन्हा भविष्यकथनाला सुरुवात करावी या विचारानं तो गोंधळून गेला.

इथपर्यंतची गोष्ट सांगून वेताळ राजा विक्रमला म्हणाला, "राजा, ज्योतिषी श्रीधर तर नामांकित ज्योतिषी होते. मग त्यांनी भास्करसारख्या नवशिक्या ज्योतिषाचा सल्ला का घेतला? आणि भास्करचा विचार केला तर त्याचा भविष्यकथनाचा कोणताही अभ्यास नव्हता, तरीही त्याचं भाकित बरोबर कसं ठरायचं? जर तुला माहीत असतानाही तू माझ्या प्रश्नाचं उत्तर दिलं नाहीस तर तुझ्या डोक्याची हजार शकलं होऊन तुझ्याच पायावर पडतील हे मात्र लक्षात ठेव."

वेताळाचा प्रश्न ऐकून राजा विक्रम म्हणाला, ''हुषार माणसं नेहमीच सावध आणि विचारी असतात. एखादा निष्णात वैद्यसुद्धा स्वत:वर किंवा कुटुंबातल्या कोणावर उपचार करण्यासाठी दुसऱ्या वैद्याच्या निदानाचा आधार घेतात. त्याप्रमाणेच एखाद्या नामांकित ज्योतिषानं स्वत:विषयीच्या महत्त्वाच्या निर्णयात दुसऱ्या प्रसिद्ध ज्योतिषाचा सल्ला घेणं यात काहीच वावगं वाटत नाही. पंडित श्रीधरनंही हेच केलं. भास्करबाबत सांगायचं तर त्यानं ज्योतिष विद्येचा अभ्यास केला नव्हता हे खरं आहे. पण नशीब त्याच्या बाजूनं असल्यामुळे तो जे बोलेल ते खरं ठरत असे. श्रीधरचा भास्करच्या सल्ल्यावर पूर्ण विश्वास होता म्हणून त्यानं त्याचा सल्ला घेतला.''

राजा विक्रमाचं हे उत्तर ऐकून वेताळानं मान डोलावली. हसून तो म्हणाला, ''अगदी बरोबर, पण तू बोललास म्हणून आता मी परत चाललो... ही... ही... ही...!''

अंधारात झेप घेत क्षणात वेताळ अदृश्य झाला. खांदे झटकून राजा विक्रमानं वेताळ अदृश्य झाला त्या दिशेकडं पाहिलं आणि तो त्याला आणण्यासाठी पुन्हा स्मशानाच्या दिशेनं चालू लागला.

राजपुत्र आणि अप्सरा

त्या रात्री स्मशानात मिट्ट काळोख पसरला होता. कधी फिदिफिदि हसण्याचा आवाज, तर कधी किंकाळ्यांनी तो परिसर दणाणून जात होता. एखाद्या शूरवीरालाही भीतीनं घाम फुटावा अशा त्या वातावरणात राजा विक्रम मात्र निधड्या छातीनं एकेक पाऊल पुढे टाकत होता. नेहमीच्याच जुनाट झाडावर उलट्या लटकणाऱ्या वेताळाला खांद्यावर टाकून तो परतीची वाट चालू लागला.

चकित होऊन वेताळ म्हणाला, "राजा, पुन्हापुन्हा हे अवघड काम तू का करतो आहेस? जर काही न बोलता तू मला नेणार असलास, तरच मी येईन. नाहीतर निघून जाईन हे तुला चांगलंच माहीत आहे."

राजानं होकारादाखल मान हलवली आणि तो चालू लागला. वेताळानं नवी गोष्ट सांगायला सुरुवात केली.

कांचनगिरीचा राजा रघुवर्मा याला एक मुलगा होता. त्याचं नाव राघव. राजपुत्र राघव दिसायला अत्यंत देखणा आणि बुद्धिमान होता. विविध कलांमध्ये, शास्त्रांमध्ये तो पारंगत होता. लवकरच राघवला राज्याभिषेक करून आपण कारभारातून लक्ष काढून घ्यावं असं राजाच्या मनात येऊ लागलं. राजानं तसं राघवला बोलून दाखवलं. राघव विचारी होता. त्याच्या मनात आलं, जे राज्य आपल्याला सांभाळायचं आहे ते राज्य कसं आहे ते तरी आधी पाहायला हवं. राजाच्या परवानगीनं त्यानं महिनाभराचा एक दौरा आखला. कोणताही लवाजमा न घेता फक्त एक घोडा आणि आवश्यक सामानसुमान घेऊन तो फिरतीवर निघाला.

वाटेत गावोगावी फिरून तो प्रजेच्या अडचणी समजावून घेत अधिकाऱ्यांकडून माहिती घेत होता. या निमित्तानं त्याला राज्याची खरी ओळख होत होती. फिरता फिरता तो एका उंच पर्वताच्या पायथ्याजवळ आला. या पर्वतावर देवी पार्वतीचं एक सुंदर मंदिर आहे अशी माहिती त्याला मिळाली. राघवनं त्या मंदिरात जाऊन यायचं

ठरवलं. अवघड वाटेवरून चढत चढत राघव दुपारपर्यंत पर्वताच्या माथ्यावर पोहोचला. तिथे पोहोचताच त्याला एका नितांतसुंदर मंदिराचं दर्शन झालं. सुंदर तलावाच्या काठावर, रमणीय वनराजीच्या सान्निध्यातलं ते मंदिर पाहून राघव मंत्रमुग्ध झाला. तेवढ्यात या सुंदर वातावरणात मंजुळ वीणेचे स्वरही त्याच्या कानावर पडू लागले. 'या निर्जन परिसरात कोण बरं वीण वाजवत असेल', असा विचार करून त्यानं मंदिरात प्रवेश केला. पार्वतीदेवीला नमस्कार करून तो वळला तोच एक सुंदर तरुणी सभामंडपात बसून वीणावादन करत असलेली त्याला दिसली. वीणेच्या मधुर स्वरांनी भारून जाऊन तो नकळतच डोलू लागला. काही वेळानंतर त्या तरुणीचं राघवकडे लक्ष गेलं. ती म्हणाली, "हे तरुणा, तू कोण आहेस?" भानावर येत राघव म्हणाला, "मी राघव, राजा रघुवर्माचा पुत्र. पण देवी, आपण कोण आहात?" "मी चित्रलेखा, मी अप्सरा आहे." ती तरुणी म्हणाली, "माझ्या सौंदर्यामुळे आजपर्यंत

मला अनेकांकडून लग्नाचे प्रस्ताव आले पण मला त्यातले कोणीच आवडले नाही. पण तुम्हाला भेटल्यावर मात्र मला वाटतं आहे की तुम्हीच माझे जोडीदार होऊ शकाल. तुम्ही माझ्याशी लग्न कराल का?''

त्या तरुणीनं अचानक मांडलेल्या या लग्नाच्या प्रस्तावामुळे राजपुत्र राघव खरं तर गडबडून गेला. पण काही क्षण विचार करून तो म्हणाला, ''हे देवी, मला माफ करा. काही दिवसांतच मी या राज्याचा राजा होणार असून प्रजेची सुख:दुख समजून घेण्यासाठी मी या भागात फिरत आहे. सध्यातरी माझा लग्नाचा विचार नाही. मला आता इथून निघायला हवं.''

राघवचं हे बोलणं ऐकून चित्रलेखाला खूप वाईट वाटलं. ती म्हणाली, ''ठीक आहे, जशी आपली मर्जी. पण निदान काही दिवस तरी मला तुमच्याबरोबर दौऱ्यावर घेऊन जाल का?'' चित्रलेखाचं मन मोडणं त्याच्या जीवावर आलं. तो चित्रलेखालाही आपल्या बरोबर घेऊन निघाला.

वाटेत लागणाऱ्या प्रत्येक गावामध्ये राघव जात असे. लोक आनंदानं त्याचं स्वागत करत असत. त्यांचं दु:ख, अडचणी मोकळेपणानं त्याला सांगत. एखाद्या घरात किंवा झोपडीत मुक्काम करून तो लगेच दुसऱ्या गावात जायला निघे. प्रवासात मिळेल ते अन्न खायचं आणि वेळप्रसंगी जमिनीवर झोपायचं याची त्याला सवय झाली होती. त्याच्याबरोबर चित्रलेखालाही काट्याकुट्यातून चालायची सवय झाली. सर्वसामान्य लोकांचं दु:ख त्यांचे कष्ट, गरीबी ती प्रथमच पाहत होती. अशा गरीबीतही दुसऱ्याला मदत करण्याची त्यांची वृत्ती पाहून तिला आपल्या विलासी राहणीची लाज वाटू लागली. तीही त्यांना शक्य ती मदत करू लागली.

असंच एक दिवस जंगलातून प्रवास करताना त्यांना एका मुलीचं रडणं ऐकू आलं. दोघांनी तिची विचारपूस केल्यावर तिने आपल्या रडण्याचं कारण सांगितलं. ती म्हणाली, ''माझं नाव जलजा. माझा कुरूप चेहरा हे माझ्या दु:खाचं खरं कारण आहे. रवी नावाच्या तरुणावर माझं प्रेम आहे. मी कुरुप असूनही माझ्या चांगल्या स्वभावामुळे त्याचंही माझ्यावर प्रेम आहे. पण आमच्या लग्नाला रवीच्या आईचा विरोध आहे. रवीनं माझ्याशी लग्न केलं तर तिनं जीव देण्याची धमकी दिली आहे. माझ्या घरच्यांनीही मला घरातून हाकलून दिलं आहे. आता मी काय करू? मला कोण मदत करेल?''

जलजाची हकीगत ऐकून राघवला खूप वाईट वाटलं. तो चित्रलेखाला म्हणाला, ''तुझ्याकडची दैवी शक्ती वापरून या मुलीला काही मदत करता येईल का?' चित्रलेखा हसली. तिनं एक मंत्र म्हणून जलजाच्या चेहऱ्यावरून हात फिरवला आणि काय आश्चर्य! जलजाचा चेहरा एखाद्या अप्सरेसारखा सुंदर झाला. जलजानं अत्यानंदानं चित्रलेखा आणि राघवला साष्टांग नमस्कारच केला आणि ती धावत घरी निघाली. जलजाला निरोप देऊन राघव चित्रलेखाकडे वळला तो त्याला अजून एक धक्का बसला. चित्रलेखाच्या सुंदर चेहऱ्याच्या जागी आता एक कुरूप चेहरा दिसत होता. ''चित्रलेखा हे काय झालं?'' राघवनं जवळजवळ ओरडतच तिला विचारलं. ''हे असंच होणार होतं. तिला सुंदर रूप देण्यासाठी मला हे रूप घ्यावं लागलं आहे.'' चित्रलेखा शांतपणे म्हणाली. ''राघव, तुझ्याबरोबर एवढ्या लोकांना भेटल्यानंतर माझ्या लक्षात आलं, की खरा आनंद निस्वार्थ त्यागातच आहे. जलजाच्या आयुष्याचा प्रश्न होता. सुंदर चेहऱ्यामुळे ती तिचं प्रेम पुन्हा मिळवू शकणार होती. म्हणूनच मी माझं सौंदर्य तिला दिलं.'' हे ऐकून राघवला चित्रलेखाचं खूप कौतुक वाटलं. त्यानं प्रेमानं तिचा हात धरला आणि तो म्हणाला, ''मनाच्या सुदंरतेमुळे तू आता खूपच

सुंदर दिसते आहेस. मी आता तुझ्याशी लग्न करायला तयार आहे.'' राघवचा स्पर्श होताच पुन्हा एक आश्चर्य घडलं. चित्रलेखाचा चेहरा पूर्ववत सुंदर दिसू लागला. मग दोघांनीही राजधानीत जाऊन राजाराणीचे आशीर्वाद घेऊन लग्न केलं.

इथपर्यंतची गोष्ट सांगून वेताळ राजा विक्रमाला म्हणाला, ''राजा, चित्रलेखासारख्या सौंदर्यवती अप्सरेनं राघवला स्वत:हून लग्नाची मागणी घातली होती पण राघवनं ती नाकारली. पण नंतर चित्रलेखा कुरूप झाल्यानंतर तो स्वत:हून तिच्याशी लग्न करायला तयार झाला हे त्याचं वागणं टोकाचं नाही वाटत? मला यामागचं खरं कारण सांग. ते माहीत असूनही जर तू बोलला नाहीस तर तुझ्या डोक्याची हजार शकलं होऊन तुझ्याच पायावर पडतील हे लक्षात ठेव.''

वेताळाचं बोलणं ऐकून राजा विक्रमानं क्षणभर विचार केला आणि तो म्हणाला, ''राजपुत्र जयंत स्वत: खूप देखणा असला तरी बाह्य सौंदर्यपेक्षा मनाचं सौंदर्य हेच खरं

सौंदर्य हे तो जाणून होता. राजाच्या भावी राणीकडे मनाचं सौंदर्य म्हणजेच औदार्य, दुसऱ्याच्या दुःखाबद्दल सहानुभूती असणं गरजेचं आहे असं तो मानत होता. चित्रलेखासारख्या स्वर्गातल्या अप्सरेला पृथ्वीवरची सुख-दुःख कशी माहीत असणार? अशा विचारानं त्यानं सुरुवातीला तिला नकार दिला. पण जेव्हा तिनं तिच्या सौंदर्याचा जलजासाठी त्याग केला तेव्हा तिच्या मनाच्या मोठेपणामुळे राघव भारावून गेला. चित्रलेखाचा चेहरा जरी कुरुप झाला असला तरी आता तीच आपली राणी होण्यासाठी अनुरूप आहे असं त्याला वाटलं आणि त्यानं तिच्याशी लग्न करण्याचं ठरवलं त्याच्या पुण्यकर्मांमुळे त्याचा स्पर्श होताच चित्रलेखा पुन्हा सुंदर झाली.''

राजाचं हे उत्तर ऐकून वेताळानं मान डोलावली. हसून तो म्हणाला, ''अगदी बरोबर, पण तू बोललास म्हणून आता मी परत चाललो... ही... ही... ही...!''

अंधारात झेप घेत क्षणात वेताळ अदृश्य झाला. खांदे झटकून राजा विक्रमानं वेताळ अदृश्य झाला त्या दिशेकडं पाहिलं आणि तो त्याला आणण्यासाठी पुन्हा स्मशानाच्या दिशेनं चालू लागला.

स्वाभिमानी युवक

त्या रात्री स्मशानात मिट्ट काळोख पसरला होता. कधी फिदिफिदि हसण्याचा आवाज, तर कधी किंकाळ्यांनी तो परिसर दणाणून जात होता. एखाद्या शूरवीरालाही भीतीनं घाम फुटावा अशा त्या वातावरणात राजा विक्रम मात्र निधड्या छातीनं एकेक पाऊल पुढे टाकत होता. नेहमीच्याच जुनाट झाडावर उलटच्या लटकणाऱ्या वेताळाला खांद्यावर टाकून तो परतीची वाट चालू लागला.

चकित होऊन वेताळ म्हणाला, "राजा, पुन्हापुन्हा हे अवघड काम तू का करतो आहेस? जर काही न बोलता तू मला नेणार असलास, तरच मी येईन. नाहीतर निघून जाईन हे तुला चांगलंच माहीत आहे."

राजानं होकारादाखल मान हलवली आणि तो चालू लागला. वेताळानं नवी गोष्ट सांगायला सुरुवात केली.

भार्गवगिरीच्या डोंगराळ भागात भिल्लांची वस्ती होती. त्यांचा प्रमुख कोंडदेव याला एक मुलगा होता. त्याचं नाव गिरीश. गिरीश अतिशय हुशार, मेहनती आणि स्वाभिमानी वृत्तीचा होता. भार्गवगिरीचा भाग शेजारच्या कांचनपूरच्या राजाच्या अधिपत्याखाली होता. भार्गवगिरीचे भिल्ल स्वतंत्र नव्हते. भिल्लांनी जमवलेला मध, औषधी वनस्पती, फळं-फुलं यांतला मोठा भाग त्यांना राजाकडे द्यावा लागे. त्यामुळे खूप कष्ट घेऊनही त्यांचं जीवन गरिबीचंच राहिलं होतं.

गिरीशला या पारतंत्र्याची चीड येत असे. आपण आपल्या मातृभूमीला स्वतंत्र केलं पाहिजे असं त्याला वाटायचं. त्यासाठी तो बरोबरीच्या तरुणांना एकत्र करून त्यांच्याशी स्वातंत्र्याविषयी बोलत असे. हळूहळू आपण राजाच्या जोखडातून मुक्त होऊन स्वतंत्र राज्य स्थापन केलं पाहिजे ही इच्छा सर्वांच्याच मनात मूळ धरू लागली.

भिल्लांचा प्रमुख कोंडदेव याच्या कानावर ही गोष्ट गेली. त्यानं गिरीशला समजावलं. कांचनपूरच्या राजाकडे खूप मोठं सैन्य आहे. त्यांच्याशी लढताना आपण सर्वच्या सर्व मारले जाऊ. त्यापेक्षा सध्या चाललं आहे ते बरं आहे असंच त्याला

वाटत होतं. पण गिरीशला ते पटलं नाही. काही दिवस असेच गेले. राजाच्या मोठ्या सैन्याशी कसा मुकाबला करता येईल याचाच गिरीश विचार करू लागला. शेवटी त्याला एक मार्ग सापडला. त्यानं स्वत: जाऊन राजाशी बोलण्याचं ठरवलं.

एक दिवस गिरीश रानातला मध आणि फळाफुलांची भेट घेऊन राजाकडे गेला. राजाला त्यानं त्या भेटवस्तू अर्पण केल्या आणि राजाला प्रणाम केला. भिल्लांच्या वस्तीबद्दल, त्यांच्या गरिबीबद्दलची वस्तुस्थिती त्यानं राजाला सांगितली आणि भिल्लांना राजाच्या जोखडातून मुक्त करण्याची विनंती केली. कांचनपूरचा राजा अहंकारी आणि उर्मट होता. त्यानं स्पष्ट शब्दात नकार दिला आणि आपण लवकरच मोठं सैन्य घेऊन भार्गवगिरीवर हल्ला करणार असल्याचं सांगितलं. राजाचा हल्ला झाल्यास सर्व भिल्ल मरून जातील हे माहीत असल्यामुळे गिरीशने यातून वेगळा मार्ग सुचवला. तो म्हणाला, "महाराज, युद्ध होऊन रक्तपात होण्यापेक्षा आपण द्वंद्व खेळून याचा निर्णय ठरवू या. येत्या पौर्णिमेला आपल्याकडून एक मल्ल तयार ठेवा आमच्या दोघांमध्येच लढाई होऊ द्या. समजा यात मी हरलो तर आम्ही भिल्ल

भार्गवगिरीचं जंगल कायमचं सोडून जाऊ. मात्र जर मी जिंकलो तर तुम्ही आम्हाला स्वतंत्र करायचं.''

गिरीशचं हे बोलणं ऐकून राजाला खूप राग आला. पण त्यानं मांडलेला मुद्दा बरोबर होता. अखेर राजानं पौर्णिमेच्या दिवशी द्‌वंद्‌व ठेवायचं मान्य केलं.

पौर्णिमेचा दिवस उगवला. दोन सहकाऱ्यांना बरोबर घेऊन गिरीश राजवाड्यात पोहोचला. पण राजवाड्यात पोहोचताच काहीतरी वेगळंच घडलं. राजाच्या सैनिकांनी गिरीशला अटक करून त्यांचे हात बांधले आणि त्याला राजाकडे नेलं. राजा म्हणाला, ''गिरीश तुझं शौर्य खरोखर स्तुती करण्यायोग्य आहे. पण मला आव्हान देऊन तू तुझा जीव मात्र धोक्यात घातला आहेस. शांतताप्रिय भिल्लांमध्ये तू स्वातंत्र्याच्या कल्पना मांडून त्यांनाही बंडखोर बनवलंस. खरं तर तुझं हे कृत्य तुला देहांताची शिक्षा देण्यायोग्य आहे. पण रक्तपात मलाही आवडत नाही. म्हणून मीही एक अट तुझ्यापुढे ठेवतो. मी भिल्लांना स्वतंत्र करायला तयार आहे पण जर तू आयुष्यभर राजवाड्यात एक गुलाम म्हणून राहायला तयार असलास तर!''

राजा हे बोलणं ऐकून गिरीशला धक्काच बसला. पण पुढच्याच क्षणी तो सावरला. त्यानं काही वेळ विचार केला आणि तो म्हणाला, "प्रणाम महाराज, आपला गुलाम आजपासून आपल्या सेवेसाठी हजर आहे."

इथपर्यंतची गोष्ट सांगून वेताळ राजा विक्रमाला म्हणाला, "गिरीश एवढा स्वाभिमानी आणि स्वातंत्र्यप्रेमी असूनही तो राजाची गुलामगिरी पत्करायला कसा काय तयार झाला? त्याला राजाची भीती वाटली का? स्वत:चा जीव वाचवण्यासाठी तर त्यानं राजाची गुलामगिरी पत्करली नाही! जर तुला याचं योग्य उत्तर माहीत असेल तर लगेच सांग. नाहीतर तुझ्या डोक्याची हजार शकलं होऊन तुझ्याच पायावर पडतील."

क्षणभर विचार करून राजा विक्रम म्हणाला, "गिरीश हा स्वाभिमानी आणि स्वातंत्र्यप्रेमी युवक होता हे खरंच आहे. पण स्वत:च्या स्वातंत्र्यापेक्षा आपल्या मातृभूमीचं, समाजाचं स्वातंत्र्य जास्त महत्त्वाचं आहे हे तो जाणून होता. द्वंद्व खेळून तो आपलं बलिदान करण्यासाठी तयार झाला होता. पण राजानं कपटानं आधीच त्याला कैद केलं. अशा परिस्थितीत राजाच्या गुलामगिरीला नाही म्हणून भिल्लांचं स्वातंत्र्य गमावणं आणि गुलामगिरी स्वीकारून भिल्लांना स्वातंत्र्य मिळवून देणं असे

दोनच पर्याय त्याच्यापुढे होते. कोणत्याही स्वाभिमानी माणसाला एखाद्या कपटी आणि अहंकारी माणसाची गुलामगिरी आयुष्यभर करण्याची वेळ येणं यासारखी मानहानी दुसरी नाही. पण मातृभूमीच्या स्वातंत्र्यासाठी गिरीशनं हे रोजचं मरण स्वीकारलं. त्यानं आदर्श देशभक्तीचा, त्यागाचा पाठ यातून समोर ठेवला आहे.''

राजाचं हे उत्तर ऐकून वेताळानं मान डोलावली. हसून तो म्हणाला, ''अगदी बरोबर, पण तू बोललास म्हणून आता मी परत चाललो... ही... ही... ही...!''

अंधारात झेप घेत क्षणात वेताळ अदृश्य झाला. शांतपणानं खांदे झटकून राजा विक्रम वेताळाला आणण्यासाठी पुन्हा स्मशानाच्या दिशेनं चालू लागला.

अनपेक्षित निवड

त्या रात्री स्मशानात मिट्ट काळोख पसरला होता. कधी फिदिफिदि हसण्याचा आवाज, तर कधी किंकाळ्यांनी तो परिसर दणाणून जात होता. एखाद्या शूरवीरालाही भीतीनं घाम फुटावा अशा त्या वातावरणात राजा विक्रम मात्र निधड्या छातीनं एकेक पाऊल पुढे टाकत होता. नेहमीच्याच जुनाट झाडावर उलट्या लटकणाऱ्या वेताळाला खांद्यावर टाकून तो परतीची वाट चालू लागला.

चकित होऊन वेताळ म्हणाला, "राजा, पुन्हापुन्हा हे अवघड काम तू का करतो आहेस? जर काही न बोलता तू मला नेणार असलास, तरच मी येईन. नाहीतर निघून जाईन हे तुला चांगलंच माहीत आहे."

राजानं होकारादाखल मान हलवली आणि तो चालू लागला. वेताळानं नवी गोष्ट सांगायला सुरुवात केली.

वज्रपूरच्या राजाला एक मुलगा होता. त्याचं नाव वीर. वीर लहानपणापासूनच सर्व विद्यांमध्ये कुशल होता. उत्तम गुरुकुलात शिक्षण घेतल्यामुळे त्याच्या बुद्धिमत्तेला निराळंच तेज आलं होतं. राजा आता थकला होता. त्यानं वीरला राज्याभिषेक करून राज्याचा कारभार त्याच्या हाती सोपवला.

वीरनं प्रशासनात सुधारणा करून अधिक कार्यक्षमता निर्माण केली. शेती, उद्योगधंदे, शिक्षण अशा क्षेत्रांमध्येही आधुनिक तंत्राचा वापर सुरू केला. लवकरच वज्रपूर हे एक प्रगत आणि श्रीमंत राज्य म्हणून ओळखलं जाऊ लागलं. आता वीरनं याला संमती देऊन एक अट ठेवली. राजघराण्यातल्या मुलीऐवजी सामान्य घरातल्या उच्चशिक्षित आणि बुद्धिमान मुलीशी लग्न करण्याचं त्यानं ठरवलं.

त्यासाठी त्यानं एक परीक्षा घेण्याची घोषणा केली. राज्यातल्या सर्वसामान्य घरातल्या अनेक मुली या परीक्षेला बसल्या. परीक्षेचे प्रश्न कठीण होते. शेवटी दोन मुली या परीक्षेत सारख्याच गुणांनी उत्तीर्ण झाल्या. अंतिम परीक्षेसाठी त्या दोघींना दरबारात बोलविण्यात आलं.

राजा वीरच्या दरबारात या दोघी–शिवानी आणि देवयानी हजर झाल्या. राजानं त्यांना प्रश्न विचारायला सुरुवात केली. ''हे बुद्धिमान युवतींनो, मला तुम्हा दोघींना एक महत्त्वाची आणि कठीण कामगिरी सांगायची आहे. सात घोड्यांच्या रथातून जाणाऱ्या योद्ध्याला पकडून तुम्ही त्याला इथे दरबारात हजर करायचं आहे. जी कोण ही कामगिरी आधी पूर्ण करेल तीच या राज्याची राणी होईल.''

राजाचा प्रश्न ऐकून दरबारातले सर्वजण आश्चर्यचकित झाले. राजानं ही भलतीच अवघड कामगिरी सांगितली आहे असं त्यांना वाटू लागलं. देवयानी आणि शिवानीनंही प्रश्न ऐकून क्षणभर विचार केला. अचानक धावत त्या राजासमोरच्या तबकाकडे गेल्या. तिथे ठेवलेली भांडी उचलून त्यांनी जवळच्या सुरईतलं पाणी त्यात ओतलं. ती पाण्यानं भरलेली भांडी त्यांनी राजासमोर धरली. राजानं त्या भांड्यांत पाहिलं असता त्याला त्यात उगवत्या सूर्याचं प्रतिबिंब चमकताना दिसलं.

"वा! शाब्बास!" राजानं आनंदानं उत्तर बरोबर असल्याचं सांगितलं. सूर्यदेव नेहमी सात घोड्यांच्या रथातून प्रवास करतो असं मानलं जात असल्यामुळे या दोघींचंही उत्तर अगदी बरोबर आलं होतं. पण यामुळे मूळ प्रश्न सुटलाच नव्हता. दोघींनीही बरोबरी साधल्यामुळे त्यातलं जिंकलं कोण हे ठरवता आलंच नव्हतं.

राजाही विचारात पडला अखेर त्यानं त्यांची कौटुंबिक पार्श्वभूमी विचारण्याचं ठरवलं. राजानं विचारताच, शिवानीनं सांगितलं, "महाराज, मी रामपूरच्या किशनचंद या शेतकऱ्याची मुलगी असून माझ्या आईचं नाव पद्मा तर भावाचं नाव शिवचंद आहे."

राजा देवयानीकडे वळताच ती म्हणाली, ''माझे आई–वडिल कोण आहेत आणि ते काय करतात याचा इथे काय संबंध आहे. तुम्हाला माझी परीक्षाच घ्यायची असेल तर तसा प्रश्न विचारा.''

हे ऐकून राजा म्हणाला, ''अतिशय साधा प्रश्न असूनही तू काहीतरी लपवत असल्यासारखं मला वाटत आहे. जे काही असेल ते स्पष्ट सांग.''

''हो! जे काही आहे ते लपवण्यासारखंच होतं.'' रागानं देवयानी म्हणाली, 'मी कुणी सर्वसामान्य मुलगी नसून कोसला देशाची युवराजी आहे. मी आपल्यावर मनापासून प्रेम करते आणि लग्न केलं तर फक्त आपल्याशीच असा माझा निश्चय आहे. म्हणूनच मी माझी पार्श्वभूमी लपवून या परीक्षेत भाग घेतला.''

हे ऐकून राजा वीरला धक्काच बसला. तो म्हणाला, ''हो परीक्षा फक्त या राज्यातल्या सर्वसामान्य घरातल्या मुलींसाठी होती हे तुला माहीत नव्हत का? तू यात भाग घेणंच बरोबर नाही!''

हे ऐकून देवायानीचा चेहरा रागानं आणि अपमानानं लाल झाला. ''एक दिवस

तुम्हाला याची किंमत मोजावी लागेल.'' असं सुनावून ती दरबारातून बाहेर पडली. हा सर्व प्रकार पाहून शिवानीही तिथून बाहेर पडली. कोणताही निर्णय न घेता राजानं सभा विसर्जित केली.

राजाला देवायनीबद्दल फारशी माहिती नव्हती. त्यानं आपल्या गुप्तहेरांकडून तिची सर्व माहिती मिळवली. कोसला राज्याच्या राजाची ही एकुलती एक मुलगी अतिशय बुद्धिमान, कर्तबगार आणि करारी होती. राज्याचा कारभार तीच उत्तम प्रकारे सांभाळत होती. तिचा स्वभाव मात्र रागीट होता. राजानं देवयानीच्या प्रस्तावाचा विचार करायला सुरुवात केली. दरम्यान, कोसला राज्याच्या राजाकडून म्हणजेच देवयानीच्या वडिलांकडून वीर राजाला एक संदेश आला. त्यात त्यानं झाल्या प्रकाराबद्दल वीर राजाची माफी मागून देवयानीच्या प्रेमाखातर राजानं तिच्याशी विवाह करून दोन्ही राज्यांचा

कारभार सांभाळावा अशी विनंती केली होती.

राजानं यावर काही काळ विचार करून देवयानीशी विवाहाला संमती दिली आणि लवकरच दोघेही विवाहबद्ध झाले.

इथपर्यंतची गोष्ट सांगून वेताळ राजा विक्रमाला म्हणाला, ''राजा, वीर एवढा बुद्धिमान असूनही त्याला स्वतःच्या तत्त्वांची किंमत राखता आली नाही. आणि त्यानं शेवटी राजघराण्यातल्या मुलीशीच विवाह केला. तुला वीरचं हे वागणं बरोबर वाटतं? जर याचं योग्य उत्तर तुला माहीत असेल तर लगेच सांग, नाहीतर तुझ्या डोक्याची हजार शकलं होऊन तुझ्याच पायावर पडतील हे मात्र लक्षात ठेव.''

राजा विक्रमानं क्षणभर विचार केला आणि तो म्हणाला, ''राजा वीर हा बुद्धिमान होताच पण विवेकी होता. राजा असल्यामुळे स्वतःपेक्षाही प्रजेचं कल्याण त्याला जास्त महत्त्वाचं वाटत होतं. सर्वसामान्य मुलीशी लग्न करण्यामागेही त्यांचा हाच हेतू होता. प्रजेची सुख-दुःख समजून घेणारी राणी त्याला हवी होती.

देवयानी कुशल राज्यकर्ती होती. कोसल राज्यातली प्रजा तिच्या कारभाराखाली सुखी होती. तिचं वीर राजावर प्रेम होतं. त्यामुळे राजाचा संसारही सुखी होता. शिवाय आपल्या राज्याला कोसल राज्य मिळवून आपलं राज्य अधिक प्रबळ करण्याची संधी त्याला होती. शिवाय दुसऱ्या बाजूनं विचार केला तर चिडून जाऊन देवयानीनं वीरच्या राज्यावर हल्ला केला असता तर विनाकारण युद्ध होऊन दोन्हीकडची मोठी हानी झाली असती. सततची अशांतता निर्माण झाली असती. या सर्व गोष्टींचा विचार करूनच राजा वीरनं देवयानीशी विवाह करण्याचा निर्णय घेतला जो अगदी योग्य होता.''

राजाचं हे उत्तर ऐकून वेताळानं मान डोलावली. हसून तो म्हणाला, ''अगदी बरोबर, पण तू बोललास म्हणून आता मी परत चाललो... ही... ही... ही...!''

अंधारात झेप घेत क्षणात वेताळ अदृश्य झाला. खांदे झटकून राजा विक्रमानं वेताळ अदृश्य झाला त्या दिशेकडं पाहिलं आणि तो त्याला आणण्यासाठी पुन्हा स्मशानाच्या दिशेनं चालू लागला.